சூப்பர் சேல்ஸ்

சக்சஸ் ஃபார்முலா

G.S. **சிவகுமார்**

உலகப்புகழ் பெற்ற Horlicks பானத்தை உற்பத்தி செய்யும் Glaxo Smithkline Beecham என்று இன்று அழைக்கப்படும் நிறுவனத்தில் தமிழ் நாட்டில் விற்பனை பிரதிநிதியாகத் தொடங்கி விற்பனை துறையில் பற்பல பரிசுகளை வாங்கிக் குவித்து விற்பனை மேலாளராக ஆந்திரம், கேரளம் போன்ற மாநிலங்களில் பணியாற்றிச் சாதனைகள் புரிந்தவர்.

கெவின் கேர் நிறுவனத்தில் Regional Manager ஆகவும் டாபர் நிறுவனத்தில் Zonal Manager ஆகவும் செயலாற்றியபின்பு மத்திய கிழக்கு நாடுகளில் புகழ் வாய்ந்த பன்னாட்டு நிறுவனமாகிய Rashideen Groupஇல் துபாயில் சேல்ஸ் மற்றும் மார்கெட்டிங் துறைகளில் மேலாளராகவும் பணியாற்றி மத்தியகிழக்கு, ஐரோப்பிய விற்பனை வட்டாரங்களில் தனக்கென்று ஒரு இடம் பிடித்தவர்.

தற்போது இந்தியாவில் முன்னேறி வரும் நிறுவனங்களுக்கு விற்பனைத் துறையில் ஆலோசனை மற்றும் பயிற்சிகளை வழங்கி வருகிறார்.

தனது பலவருட அனுபவக் குறிப்புகளை விறுவிறுப்பான நடையில் விற்பனை துறை வாசகர்களுக்கு நடைமுறையில் செயல்படக்கூடிய விற்பனை தத்துவங்களாக இப்புத்தகத்தில் வாரி வழங்கியிருக்கிறார்.

சூப்பர் சேல்ஸ்

சக்சஸ் ஃபார்முலா

G.S. சிவகுமார்

கிழக்கு

சூப்பர் சேல்ஸ் - சக்சஸ் ஃபார்முலா
Super Sales - Success Formula
G.S. Sivakumar ©

First Edition: December 2018
168 Pages

ISBN 978-93-86737-43-4
Kizhakku - 1104

Kizhakku Pathippagam
177/103, First Floor, Ambal's Building,
Lloyds Road, Royapettah, Chennai 600 014.
Ph: +91-44-4200-9603
Email : support@nhm.in | Website : www.nhm.in

kizhakkupathippagam kizhakku_nhm

Author's Email: jaysiva.siva@gmail.com

Kizhakku Pathippagam is an imprint of New Horizon Media Private Limited

வானுலகில் இருந்து எனக்கு எழுச்சி ஊட்டி வருகின்ற எனது
அன்புத்தந்தை திரு N. ஸ்ரீனிவாசன் அவர்களுக்கு

உள்ளே

முன்னுரை

விற்பனைத்துறையில் எனது 36 வருட வாழ்க்கையை நான் திரும்பிப் பார்க்கிறேன். இத்துறையில் நான் சந்தித்த மனிதர்கள்தான் எத்தனையெத்தனை பேர். பலதரப்பட்ட மனிதர்களையும் சந்தித்துவிட்டேன். வாடிக்கை யாளர்களாக, விநியோகஸ்தர்களாக, தயாரிப் பாளர்களாக, மேலதிகாரிகளாக அடி மட்ட உழைப்பாளர்களாக நான் சந்தித்த வெவ்வேறு வகை மனிதர்கள் வெவ்வேறு அனுபவப் பாடத்தை எனக்குக் கற்றுத்தந்திருக்கிறார்கள்.

அதேபோல் வித விதமான வணிகச் சந்தைகள் - மிக மிகப் பிற்போக்கான பழமையான சந்தைகளி லிருந்து, உலகத்தின் மிக முற்போக்கான, புதுமைகள் நிறைந்த ஹைப்பர் கிளாஸ் (Hyper Class) என்று சொல்லப்படுகின்ற சந்தைகள் வரை, வெவ்வேறு விதமான நிறுவனங்கள் - Multi National Companies என்று அழைக்கப்படும் பன்னாட்டு நிறுவனங்கள் முதல், வளர்ந்து வந்த சிறு நிறுவனங்கள்வரை, வெவ்வேறு வகையான பொருளாதார நிலைமைகள் - மிகக் கடுமையான பணப்புழக்கமற்ற மூச்சை நெறிக்கும் பொருளாதார நிலைகளிலிருந்து மிகவும் சுகமான சூடான சுறுசுறுப்பான பொருளாதார வளர்ச்சிவரை - இவ்விதம் நான் கண்ட சந்தைகள், பெற்ற அனுபவங்கள், கண்ட வெற்றிகள் எதிர்கொண்ட தடைகள், படித்த பாடங்கள் எல்லாம் நாள்தோறும் என்னை ஒரு பயிலும் மாணவனாக புதுமைப் படுத்தி, மேம்படுத்தி வந்திருக்கின்றன.

இப்புத்தகத்தின் வாயிலாக நான் படித்த அற்புதப் பாடங்களை, உணர்ந்துகொண்ட அடிப்படைத் தத்துவங்களை, மேம்படுத்திய அனுபவங்களை வணிகத்துறையிலுள்ள நண்பர்களாகிய உங்களுடன் பகிர்ந்துகொள்ள ஆசைப்படுகிறேன்.

தாமஸ் ஆல்வா எடிஸன் டங்க்ஸ்டனை கண்டு பிடிக்கு முன்பு ஆயிரக்கணக்கான உலோகக் கலவைகளை பரிசோதனை செய்து பார்த்தார்.

ஆனால் நாம் நம் வீட்டில் விளக்கெரிய இப்போது மீண்டும் அவற்றைச் செய்து பார்க்கத் தேவையில்லை.

அதேபோல் விற்பனைத்துறையில் நாட்டம் உள்ளவர்கள் நான் செய்து பார்த்த பரிசோதனைகளை மீண்டும் செய்ய வேண்டிய அவசியம் இல்லை. முடிவுகளை மட்டும் எடுத்துக்கொண்டால் போதும். மிகக்குறுகிய கால கட்டத்துக்குள் அவர்கள் தங்களது இலக்கை எட்டிட முடியும்.

எனது விற்பனைத்துறை அனுபவங்களிலிருந்து கடைந்தெடுக்கப் பட்ட உண்மைகளை அடக்கியது இந்த, **'சூப்பர் சேல்ஸ்: சக்ஸஸ் ஃபார்முலா!'**

நான் உங்களுடன் பகிர்ந்துகொள்ளப் போகும் இந்த எனது அனுபவங்கள் உங்களுக்கும் பயனுள்ளதாக அமையும் என்று மனதார நம்புகிறேன். நீங்கள் அனைவரும் இந்த விற்பனைத்துறையில் வெற்றிக் கனி பறித்திட எனது நல்வாழ்த்துகள்!

'செயலாற்றுவதில் சாமர்த்தியமே யோகமாகும்' என்ற கீதாசார்யனின் அடிப்படை தத்துவத்தை தனது வாழ்க்கையில் கடைபிடித்து தனது அருமை மக்களையும் அவ்வழியிலேயே செலுத்தி வருகின்ற எனது அருமை அன்னையின் முன்னுதாரண வாழ்க்கை நெறியே என்னுடைய மிகப்பிரதானமான கோட்பாடாகவும் உந்து சக்தியாகவும் இருந்து என்னை முன்னேற்றி வந்திருக்கின்றது என்பதால் மிகவும் அன்புடனும் பணிவுடனும் நன்றியுடனும் எனது வணக்கங்களை அவருக்கு உரித்தாக்குகின்றேன். என் அருமை தந்தையின் பெயருக்குமுன்னால் அவரது பெயரையும் எனது இனிஷியலில் தாங்குவதை ஒரு பெருமையாகக் கருதுகிறேன்.

எனது விற்பனைத் துறை அனுபவங்களை மக்களோடு பகிர்ந்து கொள்ளவேண்டும் என்று என்னைத் தூண்டி எனக்குள் இருந்த எழுத்தாளனை வெளியே கொண்டுவரச்செய்த நண்பரும் Marketing துறையில் அற்புதமாக கோலோச்சி வருகின்றவருமான

திரு சதீஷ் கிருஷ்ணமூர்த்தி அவர்களுக்கு எனது இதய பூர்வமான நன்றிகளைத் தெரிவித்துக்கொள்கிறேன்.

விற்பனைத் துறை தகவல் தொடர்புகளை ஆங்கிலத்திலேயே செய்துவந்திருந்த காரணத்தால் எனது அனுபவங்களை எழுத்தில் வடிக்கும்போது சரியான தமிழ் வார்த்தைப் பிரயோகங்களை எனக்குத் தந்து உதவி இந்த நூலை ஒரு வடிவத்துக்குக் கொண்டுவந்த என் அன்பு மனைவிக்கும் எனது மனமார்ந்த நன்றிகள்.

எனது இந்த முயற்சிக்குப் பேராதரவு தந்து இந்த நூலை வெளியிட முன்வந்த கிழக்கு பதிப்பகத்திற்கு எனது இதயபூர்வமான நன்றிகளைத் தெரிவித்துக்கொள்கிறேன்.

G.S.சிவகுமார்

1

உன்னையே நீ அறிவாய்!

நான் இந்த விற்பனைத்துறைக்கு வரும் முன்பு தமிழ்நாட்டில் பிரபலமாயிருந்த ஒரு மருந்து உற்பத்தி செய்யும் நிறுவனத்தில் தர நிர்ணய (Quality Control) துறையில் பணிபுரிவதற்காகத் தேர்ந்தெடுக்கப்பட்டேன்.

விவேகானந்தா கல்லூரியில் B.Sc., வேதியியலில் நான் தங்கப் பதக்கம் வாங்கித் தேறிய மாணவனாக இருந்ததால் கல்லூரி முதல்வர் மேற்குறிப்பிட்ட நிறுவனத்தின் வேண்டுகோளின் படி, எனது பெயரைத் தேர்ந்தெடுத்து அனுப்பி இருந்தார்.

அந்த நிறுவனத்தின் நேர்முக அழைப்பிற்குச் சென்றபோது என்னை இண்டர்வியூ செய்த மேலாளர் எனது மதிப்பெண்களையும் நான் அவரது கேள்விகளுக்கு கொடுத்த விடைகளிலும் மகிழ்ந்து உடனே எனக்கு குறிப்பிட்ட துறையில் பணிபுரிய வாய்ப்பளித்தார்.

வேலையில் சேர்ந்து இரண்டு வாரங்களுக் குள்ளாகவே ஒரு விஷயம் எனக்கு நிதர்சனமாகப் புரிந்து போனது. அதாவது நான் ஒரு

பரிசோதனைச் சாலைக்குள்ளோ அல்லது ஒரு அலுவலகத்தினுள்ளோ அடங்கி இருந்து பணிபுரியக் கூடியவன் அல்ல என்பதுதான் அது!

என் மனம் என் கால்களை விரட்டியது. என் இதயம் வெளியுலகத்தில் சந்தை என்ற வானில் விற்பனைச் சிறகுகளுடன் வட்டமிட என்னைத் தூண்டியது.

விளைவு, இரண்டே வாரங்களில் அந்த நல்ல நிறுவனத்தின் வேலையை அன்றைய தேதியில் நல்ல சம்பளம் கொடுத்த வாய்ப்பை நான் விட்டுவிடத் தீர்மானித்தேன்.

என் தந்தையிடம் என் மனநிலையைத் தெரிவித்தபோது அவர் சிறிதும் தயங்காமல் கூறியது இதுதான். 'சம்பளத்துக்காக மட்டும் வேலை செய்யாதே! உன் இதயம் எத்துறையை நாடுகிறதோ அப்பாதையிலேயே செல்! இதை விட்டுவிடு'.

அன்று எங்கள் குடும்பம் இருந்த நிலையில் அத்தகைய முடிவு எளிதானதல்ல என்றாலும் அதைத் துணிந்து எடுக்க உறுதுணையாக இருந்த என் பெற்றோர்களுக்கு நான் நன்றி கூறிக்கொள்கிறேன்.

அதன் விளைவு, என்னை எனக்கு உகந்த சரியான பாதையில் என்னைச் செலுத்தியது. வெகு விரைவில் எனக்கு உலகப்புகழ் பெற்ற ஹார்லிக்ஸ் (Horlicks) கம்பெனியில் விற்பனைப் பிரதிநிதியாகும் வாய்ப்பு கனிந்தது.

இன்று திரும்பிப் பார்க்கும்போது அத்தகைய தீர்மானமான முடிவை நான் எடுத்தது வீண்போகவில்லை என்றுணர்கிறேன். அதை எடுக்காதிருந்தால் நானும் ஒரு கெமிஸ்டாக அல்லது அதற்கு ஒரு படி மேலாகச் சென்று ஏதோ போக்கில் பணி செய்து பழம் தின்று கொட்டை போட்டவன் என்று பேரெடுத்து காலத்தைக் கழித்திருப்பேன் என்று நினைக்கிறேன்.

நண்பர்களே! விற்பனைத் துறைக்கு வரும்முன் உங்களையே சற்று அலசிப்பாருங்கள். உங்களது மனத்தின் ஆழத்தில் உள்ள ஆசை என்ன? உங்கள் இதயத்தில் குடிகொண்டுள்ள வற்றாத ஆர்வம் எதன் மேல்? உங்களை அல்லும் பகலும் தூங்கவிடாமல் அரித்துக் கொண்டிருக்கும் எண்ணம் என்ன? அப்படித் தூங்கினாலும் உங்களது மனதில் வட்டமிடும் அந்தக் கனவுதான் என்ன? உங்களை ஓட ஓட விரட்டும் குறிக்கோள் யாது? நீங்கள் அடையத் துடிக்கும் இலக்கு என்ன? இப்படியெல்லாம் உங்களையே நீங்கள் சற்று ஆராய்ச்சி செய்து பாருங்கள்.

சரி, இப்போது நான் கேட்கப்போகும் கேள்விகளுக்கு உங்களது இதயத்தைத் திறந்து பதில் கூறுங்கள்.

உங்களுக்குப் பிறருடன் சகஜமாகத் தொடர்புகொண்டு கருத்துகளைப் பரிமாறிக்கொள்ளும் திறமை மிகுந்துள்ளதா?

மற்றவர் மனங்களைப் படிக்கும் சைக்காலஜிஸ்ட்போல் உங்களுக்கு மற்றவர்களைப் படித்து, அவர்களின் மனதோடு தொடர்புகொண்டு, மனவியல் ரீதியாக சரியான எண்ணப்பரிமாற்றம் செய்ய ஆவலுள்ளதா?

மன விளையாட்டு என்பார்களே (mind game) அதாவது பேசிக் கொண்டிருக்கும்போதே மற்றவர் அடுத்து என்ன சொல்லப் போகிறார் என்பதைக் கணித்து அதற்கேற்ப வாதங்களை வைக்கும் திறமை - அந்த விளையாட்டில் உங்களுக்கு ஆர்வம் இருக்கிறதா?

செஸ் விளையாட்டில் ஒருவர் ஒரு காயினை நகர்த்தும்போதே மற்றவர்அடுத்த5 'மூவ்களை' எப்படி நகர்த்துவது என்று கணக்கிடுகிறாரே அது போன்ற சாதுரியம் உங்களுக்கு இயல்பாகவே உள்ளதா?

ஒருவர் எப்போதாவது உங்களை அவமதித்திருந்தாலும் உங்கள்மீது வசை மழை பொழிந்திருந்தாலும் அவற்றை எல்லாம் மனதில் வைத்துக் கொள்ளாமல் துடைத்து எறிந்துவிட்டு அவருடன் நட்பு பாவத்துடன் அணுகும் மனத்திண்மை உங்களிடம் உள்ளதா?

எத்தகைய தடைகள் வந்தாலும் சோர்வுராமல், தோல்வி கண்டு துவண்டு விடாமல், அந்தத் தடைகளையே வெற்றிக்கான வாய்ப்பாக மாற்றிக்கொள்ளும் விடாமுயற்சி இருக்கிறதா?

உற்சாகம் எக்கணமும் பொங்கி வழிகிறதா?

எத்தகைய சூழ்நிலையிலும் - கடும் வெயிலோ, கொட்டுகின்ற மழையோ, பல் நடுக்கும் குளிரோ அல்லது எத்தகைய மோசமான பிரயாணமாக இருந்தாலும் - பெரும் நகரங்களிலோ, குக்கிரா மங்களிலோ, தட்டு முட்டுச் சந்துகளிலோ உங்களால் தயக்கமின்றிப் பிரயாணம் செய்ய முடியும் என்ற நம்பிக்கை இருக்கிறதா?

ஒருவர் எத்தகைய மனிதராக இருந்தாலும் - மிக நட்புடன் பழகுபவராக, மிக மோசமாக வசை பாடுபவராக - எல்லாம் தெரிந்தவன் என காட்டிக்கொள்ளும் அகம்பாவம் கொண்டவராக - வீண் பேச்சிலும் வெட்டிப் பேச்சிலும் காலம் கழிப்பவராக அல்லது எந்தவொரு உணர்வையும் வெளிப்படையாக முகத்தில் காண்பிக்காத ஒரு ரியாக்ஷனும் இல்லாத ஜடமாக இருந்தாலும் -

உங்களால் அவர்களுடன் கலங்காமல், மனம் புண் படாமல் தொடர்புகொண்டு அவர்களை கண்ணுக்குக் கண் சந்திந்துப் பேசும் நிதானம் இருக்கிறதா?

ஒவ்வொரு செயலிலும் முடிவெடுக்கும் முன்பு எடுத்தோம் கவிழ்த்தோம் என்றில்லாமல் எல்லா விவரங்களையும் அலசி, ஆராய்ந்து, தர்க்கரீதியாக, அறிவுபூர்வமாக சிந்தித்து அதன் பின்னரே முடிவெடுக்கின்ற திறமை உங்களிடம் இருக்கின்றதா?

இவனிடம் ஒரு பணியைக் கொடுத்துவிட்டால் தலையைக் கொடுத்தாவது செய்துவிடுவான் என்று உங்கள் மேலதிகாரிகள் உங்களை முழுமையாக நம்பக்கூடிய அளவுக்கு நீங்கள் பொறுப்பானவரா?

இவை எல்லாவற்றுக்கும் மேல் மேற்பார்வை செய்தால்தான் உழைப்பேன்; அறிவுரை கொடுத்தால்தான் செய்வேன்; வாழைப்பழத்தை உரித்துக்கொடுத்தால்தான் உண்பேன் என்பதுபோல செயல் திட்டம் அளித்தால் தான் செயலாக்கம் புரியத் தலைப்படுவேன் என்றெல்லாம் இல்லாமல்...

சொந்தமாக எண்ணி, செயல்திட்டங்களை வரைந்து, கால தேச நிலைமைக்கேற்றபடி தானே சமாளிக்கும் வல்லமை (presence of mind) உங்களுக்கு இருக்கிறதா?

குறைந்த மேற்பார்வையிலும் திறம்பட, நாணயத்துடன் செயலாற்றும் வன்மை உங்களுக்கு இருக்கிறதா?

இவை அனைத்துக்கும் உங்களது பதில் ஆம் என்றிருந்தால்...

நீங்கள் விற்பனைத் துறைக்கு மிக மிக ஏற்றவர்!

ஆகவே நண்பர்களே! உங்களையே அறிந்துகொள்ளுங்கள்.!

உங்கள் மனப்புத்தகத்தைச் சற்றே திறந்து பாருங்கள். உங்கள் இதயத்துடிப்பு என்ன கூறுகிறது என்று கேளுங்கள்.

உங்களது பலங்களையும் பலவீனங்களையும் சீர்தூக்கிப்பாருங்கள்.

நான் மேலே குறிப்பிட்ட குணாதிசயங்கள் உங்களிடம் இல்லை என்று நினைத்தால் விற்பனைத் துறைப் பக்கம் தயவு செய்து தலை வைத்துக்கூடப் படுக்காதீர்கள்.

ஆனால் நான் குறிப்பிட்ட குணங்கள் நிறைந்திருக்குமானால் நீங்கள் விற்பனைத்துறையில் வெற்றி பெறுவது நிச்சயம். உங்களுக்கு என் மனமார்ந்த வாழ்த்துக்கள்!

நாம் பேசிமுடித்து ஒரு கணம் நிறுத்தும்போதுதான் மென்மையான முறையில் தாங்கள் கூற வந்ததை - அது உடன்பட்டதோ அல்லது மாற்றுக் கருத்தோ - கோர்வையாகச் சொல்கிறார்கள். அவர்களது வெற்றிக்குக் காரணம் அதுதான் என்று நான் நினைக்கிறேன்.

அவர்களுக்குப் பள்ளிப்பருவத்திலிருந்தே இத்தகைய பயிற்சி கொடுக்கப்படுகின்றது. நாமோ எதற்கெடுத்தாலும் முந்திரிக் கொட்டைபோல் முந்திக்கொண்டு எதிரில் உள்ளவர் பேசி முடிக்குமுன் நமது கருத்துக்களைக் கொட்டித் தீர்க்கிறோம்!

பிரபல கார்ட்டூனிஸ்ட் R.K. லஷ்மண் தனது அனுபவத்தை ஒரு முறை பகிர்ந்துகொண்டார்.

அவர் பெர்ட்ரண்ட் ரஸ்ஸல் என்ற மாபெரும் ஐரோப்பிய எழுத்தாளரிடம் உரையாற்றிக்கொண்டு இருந்தார். பேச்சின் நடுவே பெர்ட்ராண்ட் ரஸ்ஸல் 'Indians have invented nothing' என்று கூறினார். உடனே நாட்டுப்பற்று மிக்க R.K. லஷ்மண், 'வேதகாலம் தொட்டு இந்தியர்களின் மேன்மை, ஆர்யபட்டாவின் அற்புதக் கண்டுபிடிப்புகள், பாஸ்கரராயரின் கணிதத்திறமை, சிற்ப சாஸ்திரத்தில் நாமடைந்த மகோன்னதம், மருத்துவத்துறையில் சரகர் மூலமாக நாம் அடைந்திருந்த உயர்நிலை என்று வரிசையாக அடுக்கிக்கொண்டே சென்றார்.

ரஸ்ஸல் அத்தனையும் கேட்டுவிட்டு சிரித்துக்கொண்டே கூறினார். 'நானும் இந்தியர்களின் மேன்மையைத்தான் குறிப்பிட்டேன் நண்பரே! 'Indians have invented nothing' - அதாவது பூஜ்யத்தை உலகுக்கு அளித்தவர்கள் இந்தியர்கள்தான் என்பதையே நான் அவ்வாறு குறிப்பிட்டேன் என்று கூறியபோது R.K. லஷ்மண் தான் அவசரக்குடுக்கை போன்று பேசியதற்கு வருத்தம் தெரிவித்தாராம்.

ஆகவே, நண்பர்களே பேசும்போது மற்றவர்கள் கருத்துக்கு இடம் கொடுத்து அதைக் கவனமாகச் செவி மடுப்பது மிக முக்கியமான ஒன்று. கவனக்குறைவினால் வியாபாரத்தில் லட்சக்கணக்கான வருமானத்தை இழந்தவர்கள் அதிகம்.

நான் ஐக்கிய அரபு நாடுகளில் பணி செய்யும்போது அங்கு நேர்ந்த ஒரு அனுபவத்தை உங்களுடன் பகிர்ந்து கொள்ள விரும்புகிறேன். அங்குள்ள சந்தையை ஒரு நவீன சந்தை எனக் கூறலாம். ஏனென்றால் உலகின் இரண்டாவது இடத்தில் உள்ள ஃப்ரெஞ்ச் நாட்டின் சில்லறை வணிக செயின் அங்காடியான பிரபல 'கேர்ஃபோர் (Carrefour)' நிறுவனம் அங்கு வேரூன்றிப் படர்ந்து தன் கிளைகளை விரித்துக் கொண்டிருந்த நேரம் அது.

அவர்கள் தங்களது அதிக கொள்முதல் சக்தியால் விற்பனை நிறுவனங்களை மிக அழுத்தத்துடன் விரல் முறிக்கும் பலத்துடன் பேரம் செய்யும் வல்லமை வாய்ந்தவர்கள்.

அவர்கள் ஒவ்வொரு நிறுவனத்துடனும் வருடத் தொடக்கத்தில் வருடாந்திர உடன்படிக்கைக்கு அழைப்பார்கள்.

அந்தச் சந்திப்பில் தங்களது கோரிக்கைகளை முன்வைப்பார்கள். அவை ஒப்புக் கொள்ளப்படவில்லை என்றால் அந்த நிறுவனத்தின் பொருள்களை கேர்ஃபோரில் காணமுடியாது.

மிக அதிக அளவில் நுகர்வோர்களை இழுக்கும் வல்லமை உள்ளதால் நிறுவனங்களும் கேர்ஃபோரைத் தவிர்க்க முடியாது.

அவர்களது ஒப்பந்தத்தில் ஒரு உட்கூறு உண்டு. அதாவது ஒரு குறிப்பிட்ட இலக்கை எய்திவிட்டால் நிறுவனங்கள் அதன் வளர்ச்சிக்கேற்ப ஊக்கு ஊதியம் (incentive pay) வழங்க வேண்டும்.

உதாரணமாக 5 சதவிகிதம் வளர்ச்சியென்றால் அரை சதவிகிதம் தள்ளுபடி, 10 சதவிகிதம் வளர்ச்சியென்றால் ஒரு சதவிகிதம் தள்ளுபடி என்று இவ்வாறாக ஊக்கு ஊதியம் நிர்பந்திப்பார்கள்.

பல நிறுவனங்கள் இந்த வலையில் எளிதாக விழுந்துவிட்டன. அவர்கள்போட்ட கணக்கு என்னவென்றால் வியாபார வளர்ச்சிக்குத் தானே ஊக்கு ஊதியம். எனவே நமக்கு நஷ்டமில்லை என்று.

நான் பேரப்பேச்சு வார்த்தையில் ஈடுபட்டபோது அவர்களிடம் சில முக்கியமான கேள்விகளை முன் வைத்தேன்.

அதாவது அவ்வருடத்துக்குள் அவர்கள் எத்தனை புதிய சூப்பர் மார்க்கெட்டுகளைத் திறக்க இருக்கிறார்கள்?

அவற்றின் அளவு எத்தகையது? (சிறிய, நடுத்தர, மிகப்பெரிய ஏதாவது ஹைப்பர் மார்க்கெட் என்ற அளவுகோல்)

அப்படி திறக்கப் போகும் சூப்பர் மார்க்கெட்டுகளை எந்த இடங்களில் திறக்க இருக்கிறார்கள்? (மக்கள் நெருக்கம் அதிகம் மிக்க இடத்திலா, மிக அதிகம் வாங்கும் சக்தி உள்ள நுகர்வோர் உள்ள இடத்திலா அல்லது அத்தனை வளர்ச்சி அடையாத இடத்தினிலா...)

அடுத்தபடியாக எங்கள் நிறுவனத்தில் எத்தனை புதிய பொருள்களை நாங்கள் இவ்வருடம் அறிமுகப்படுத்த இருக்கிறோம். அவற்றிற்கு நாங்கள் கொடுக்க இருக்கும் ஆதரவு, அதன் விற்பனை இலக்கு என்ன என்பது போன்ற விஷயங்களைப் பகிர்ந்து கொண்டேன்.

ஆகவே ஊக்கு ஊதியம் நிர்ணயிக்கும்போது நான் அவர்களது இலக்கை மேற்குறிப்பிடப்பட்ட பரிமாணங்களை ஆராய்ந்து கூட்டி அதை அவர்களை ஒப்புக்கொள்ள வைத்து ஒப்பந்தத் தாள்களில் பதிவு செய்தேன்.

இத்தகைய கருத்துப்பரிமாற்றங்களால் எங்கள் நிறுவனத்திற்குச் சரியான வியாபாரம் கிடைத்தது. எங்களது செலவும் கட்டுக்குள் அடங்கியது.

இவ்வாறு சரியாகத் தொடர்புக்கலையின் பரிமாணங்களை உபயோகிக்காத நிறுவனங்கள் வருமுன் காக்கும் செயல் திட்டங்களை எடுக்காததனால் தங்களுக்கு அதிக லாபம் கிட்டாமலேயே அதிக தள்ளுபடியைக் கொடுத்துவிட்டு பின் வருத்தப்பட்டார்கள்.

இப்போது, நாம் கூர்ந்து கவனிப்பது எப்படி நமது கம்யூனிகேஷனை மேம்படுத்துகிறது என்று பார்ப்போமா?

ஒரு விஷயத்தைக் கேட்கும்போது நமது காதுகளும் மனமும் மட்டும்தான் இயங்குகின்றன. கூர்ந்த கவனத்தில் நமது கண்களும் இணைகின்றன. சொல்பவரின் முகபாவங்கள், அவரது உடல்மொழி, இன்னும் அவரது சைகைகள் சொல்லும் செய்தி மட்டுமல்லாமல் அவரது சுற்றுப்புறமும்கூட நம் மனதில் நன்கு பதிய வேண்டும். அது அவரைப்பற்றி நாம் முழுமையாக அறிந்துகொள்ள மிகவும் உதவும்.

ஒருமுறை நான் ஒரு வாடிக்கையாளரிடம் பேச்சுவார்த்தை தொடங்கியபோது அவரது அறையில் ஒரு பிரத்தியேகமான விதத்தில் வரையப்பட்டிருந்த ஏசு கிறிஸ்துவின் ஓர் ஓவியத்தைக் கண்டேன். அத்தகைய படத்தை வெகுவாக நசரத்பேட்டை கிறித்தவர்கள் வைத்திருப்பதை நான் பார்த்திருக்கிறேன்.

'நீங்கள் நசரத் பேட்டையைச் சேர்ந்தவரோ?' என்று கேட்டேன். அவர் முகம் பிரகாசமாகியது. சுமுகமாகத் தொடங்கிய எங்களது பேச்சு விரைவில் சுமுகமாகவே நிறைவேறியது.

துபாயில் ஒரு மிகப் பெரிய வாடிக்கையாளரைச் சந்தித்தபோது அவரது காரின் சாவி அவரது மேசையின்மீது வைக்கப்பட்டிருந்தது. அதில் கால் பந்தாட்டத்தில் ஒருகாலத்தில் முடிசூடா மன்னனாக விளங்கிய டீகோ மாரடோனாவின் படத்தைக் கண்டேன்.

அவருக்கு மாரடோனா என்றால் உயிர் என்பதைப் புரிந்து கொண்டேன்.

மெதுவாக கால் பந்தாட்டத்தைப்பற்றிப் பேச்சை எடுத்தேன்.

வாடிக்கையாளர் மிக உற்சாகமானார்.

'கடவுளின் கைகள்' (Hands of God) என்று மாரடோனா வர்ணித்த அந்தக் காலத்தில் பெரும் சர்ச்சைக்குள்ளான அவரது உலகக் கோப்பை கோல் முதல், அவர் எங்களது நிறுவனத்தின் தலைவருக்கு நண்பரான காரணத்தால் எங்களது நிறுவனத்திற்கு வந்திருந்து எங்களுடன் போட்டோ எடுத்துக்கொண்டதுவரை அவரைப் பற்றியும் அவரது எளிமையையும் பற்றிப் புகழ்ந்து தள்ளினேன் - ஆனால் ஆத்மார்த்தமாகத்தான்.

எங்களுக்குள் ஒரு நல்ல இணக்கம் ஏற்பட்டது. பேச்சுவார்த்தைகளும் சுகமாக நடந்து முடிந்தன.

இதற்கு முக்கியமான இரண்டு விஷயங்கள் நாம் அறிந்திருக்க வேண்டும்.

ஒன்று கூரிய பார்வை, கவனிக்கும் திறன்.

இரண்டாவது கவனித்த விஷயத்தைப் பற்றிய நமது அறிவு. இரண்டும் இருந்தால்தான் நேர்மையான முறையில் நாம் கம்யூனிகேட் செய்து மற்றவரைக் கவர முடியும்.

விஷயமே இல்லாமல் நாம் ஒருவரைப்பற்றிப் பேசத் தொடங்கினால் இரண்டு நிமிடங்களுக்குள் நாம் கதை விடுகிறோம் என்று எதிரில் உள்ளவர் நினைக்க, விஷயம் விபரீதமாகி முதலுக்கே மோசம் என்ற நிலையில் முடிந்துவிடும்!

கவனம் செலுத்துவதற்கென்று நமக்குத் தனி நேரம் அவசியமா என்ன?

உதாரணத்துக்கு சூப்பர் மார்க்கெட்டுகளில் செக் அவுட் கவுண்டரில் நாம் கார்டைக் கொடுத்துவிட்டு, அதன் மூலம் நமது பில் செட்டில் ஆகும்வரை நின்றுகொண்டிருக்கும்போது அந்தப் பணியாளர் எங்கோ வெறித்துப் பார்த்துக்கொண்டு நின்றுகொண்டிருப்பார்!

அவர் அந்த நிமிடங்களை நின்றுகொண்டிருக்கும் வாடிக்கையாளர் பக்கம் கவனத்தைச் செலுத்தி இரண்டு நட்பான வார்த்தைகளை உதிர்த்தால் எவ்வளவு இணக்கம் உண்டாகும்!

தொடர்புக் கலையில் மேலும் இரண்டு பரிமாணங்கள் உண்டு. நாம் இதுவரை கண்டது அதில் ஒன்றாகிய வாய்வழி தொடர்பாடல் (Oral Communication).

இரண்டாவது எழுதும் கலை (written communication). நேருக்கு நேர் பேசும்போதாவது மற்றவர் நாம் பேசுவதைப் புரிந்துகொண்டாரா என்பதை அவர் முகபாவத்தை வைத்துக்கொண்டும் அல்லது அவர் கேட்கும் கேள்விகளை வைத்துக்கொண்டும் நாம் புரிந்துகொண்டு அதற்கேற்ப நடந்து கொள்ளலாம்.

ஆனால் எழுத்து மூலம் தொடர்பு கொள்ளும்போது மிக ஜாக்கிரதையாக இருக்கவேண்டும். ஏனென்றால் மற்றவர் நாம் கூறுவதை எப்படி எடுத்துக்கொண்டார் என்று நாம் உடனே அறிய முடியாது.

எப்படி ஒருவர் சாதாரணமாக எழுதியது மிக சீரியஸாக மாறியது என்பதற்கு ஒரு நிகழ்ச்சியை உங்களுடன் பகிர்ந்துகொள்ள விரும்புகிறேன்.

எனது இந்திய நண்பர் ஒருவர் தங்களது ஐரோப்பாவில் உள்ள முதன்மை அலுவலகத்துக்குக் கடிதம் எழுதும்போது தனது லத்தீன் மொழி புலமையைப் பிரகடனப்படுத்தும் விதமாக அவர்களது அப்போதைய விற்பனை நடவடிக்கைகள் அன்றைய மார்க்கெட் நிலவரத்துக்கு திருப்திகரமாக இல்லை என்னும் விதத்தில் "Your modus operandi is not agreeable to the current market situation' என்று இமெயிலில் எழுதினார்.

modus operandi என்ற வார்த்தைக்கு அவர் எடுத்துக்கொண்டது 'method of operation' அதாவது 'நடைமுறை செயல்பாட்டில்' என்ற அர்த்தத்தில்.

ஆனால் அவர் மறந்த விஷயம், அதே வார்த்தைக்குப் பொதுவாக ஐரோப்பியர்கள் கொள்ளும் அர்த்தம், குற்றம் சார்ந்த வில்லத்தனமான நடவடிக்கைகளின் செயல்பாடு!

அர்த்தம் அனர்த்தம் ஆகி இருவருக்கும் சமரசம் ஆக வெகு நாளாகியது!

கம்யூனிகேஷன் சீரியஸான விஷயம் என்பதற்கு ஒரு உதாரணம் பார்த்தோம், இப்போது எப்படி அது நகைச்சுவைக்குரிய விஷயம் ஆகியது என்பதற்கு ஒரு சாம்பிள்!

நான் ஹார்லிக்ஸ் கம்பெனியில் பணி புரிந்த காலம் அது.

ஒவ்வொரு விநியோகஸ்தரும் மாத இறுதியில் வைத்திருக்கும் குளோசிங் ஸ்டாக்கை (closing stock) நாங்கள் 'Pipe Line' என்று குறிப்பிடுவது வழக்கம்.

எனது மேலாளர் ஒரு வழக்கத்தை வைத்திருந்தார்.

அதாவது மாத இறுதியில் அவருடைய விநியோகஸ்தர்கள் தங்களது 'pipe line stock' அதாவது closing stock ஐ முழுவதும் காலி செய்திருக்க வேண்டும்.

அதற்குக் காரணம் என்னவென்றால் அப்போது ஹார்லிக்ஸ் சப்ளை கம்மியாக இருந்த காலம். எனவே, விநியோகஸ்தர்கள் தங்கள் இருப்பைத் தீர்த்து விட்டிருந்தால் அதைக் காண்பித்து அவர் கம்பெனியிடமிருந்து அடுத்த மாதம் அதிக ஒதுக்கீடு (quota) பெற முடியும்!

இதை அவர் எழுத்து மூலமாக விநியோகஸ்தர்களுக்கு அறிவிக்கும் போது 'your pipeline should be Nil' என்று எழுதினார்.

அவரது விநியோகஸ்தரில் ஒருவருக்கு Pipe line என்று மேலாளர் குறிப்பிட்டது தனது மாத இறுதி ஸ்டாக்கை என்பது சுத்தமாகப் புரியவில்லை.

அவர் தனது குடோனின் தண்ணீர் பைப்புகள் எல்லாவற்றையும் மூடுவதற்கு மேலாளர் ஏன் உத்தரவிடுகிறார் என்று மண்டையைப் பிய்த்துக்கொண்டாராம்!

இதைப்போல் இன்னொரு நகைச்சுவை துணுக்கும் நினைவுக்கு வருகிறது.

ஒரு ஹோட்டலில் வழக்கமாக தோசை சாப்பிடுபவர்களுக்குத் தொட்டுக்கொள்ளச் சர்க்கரை கொடுப்பார்கள்.

சர்க்கரை விலையேற்றத்தின் காரணமாக ஓட்டல் உரிமையாளர் சர்க்கரை கொடுப்பதைத் தவிர்க்கும் முகமாக ஒரு போர்டில் எழுதிவைத்தார், ' இன்று முதல் தோசைக்குச் சர்க்கரை கிடையாது.'

நமது ஆசாமி ஓட்டலுக்குச் சென்றார். ஒரு தோசை ஆர்டர் செய்தார். சர்க்கரை இல்லாமல் வந்தது, சாப்பிட்டார்.

இரண்டாவது தோசைக்கு ஆர்டர் செய்தார். சீனி கேட்டார். முதலாளி சொன்னார், 'சீனி கொடுப்பதற்கில்லை என்று போர்டு போட்டிருக் கிறோமே, பார்க்கவில்லையா?'

நம் ஆசாமி சொன்னார், 'போர்டை சரியாகப் பாருங்கள், முதல் தோசைக்குத்தான் சர்க்கரை இல்லை' என்று போட்டிருக்கிறீர்கள். நான் கேட்பது என் இரண்டாம் தோசைக்கு!'

முதலாளி வாயடைத்துப்போய், அவருக்கு சீனி போட்டார்.

அடுத்த நாள் முதலாளி போர்டில் வேறுமாதிரி எழுதினார், ‘ இனி மேல் தோசைக்கு சீனி கிடையாது.’

நம் ஆசாமி மீண்டும் சளைக்காமல் ஓட்டலுக்குச் சென்றார். இம்முறை இரண்டு தோசைகள் ஆர்டர் செய்தார். ஒன்றன் மேல் ஒன்றாக இரண்டு தோசைகள் வந்தன. நமது ஆசாமி மேலே இருந்த தோசையை காலி செய்தார். பின் வழக்கம்போல சீனி கேட்டார்.

முதலாளி இம்முறை ஏமாற மாட்டேன் என்கிற தொனியில், ‘போர்டைப் பாருமய்யா, இனிமேல் தோசைக்கு சர்க்கரை கிடையாது என்று தெளிவாகத்தானே போட்டிருக்கிறோம்’

நம் ஆசாமி சளைக்காமல் கவுண்டர் கொடுத்தார், ‘ நீங்கள் போட்டிருப்பது, ‘மேல்தோசைக்கு’ நான் சீனி கேட்பது கீழ்தோசைக்கு!’

முதலாளி தலையில் துண்டைப்போட்டுக்கொண்டார் என்பதை சொல்லத்தேவையில்லை!

எனவே Oral communication ஐ காட்டிலும் written communication செய்யும்போது மிகவும் ஜாக்கிரதையாக இருங்கள்.

நண்பர்களே! நான் குறிப்பிட்ட தொடர்புக்கலையின் முக்கிய பரிமாணங்களை நன்கு புரிந்துகொண்டு அவற்றை உங்களது தொடர்பாடலில் பயன்படுத்திக் கொள்ளுங்கள்.

முக்கியமாக செவிமடுப்பதற்கு அதிக முக்கியத்துவம் கொடுங்கள். எதையும் உன்னிப்பாகக் காது கொடுத்துக் கேளுங்கள்.

இவற்றைத் தவிர இன்னொரு மிக மிக முக்கியமான விஷயம்...

எப்படியாவது டீலை முடித்துவிடவேண்டும் என்ற நோக்கத்தில் பொய்யான தகவல்களைத் தந்து மாட்டிக்கொள்ளாதீர்கள்!

ஒரு விற்பனை பிரதிநிதி தான் விற்கும் ஏர்கண்டிஷனரை வேறு பல பிரபலங்களும் வாங்கி இருப்பதாக காண்பிக்க வேண்டும் என்ற நோக்கத்தில் ஒரு குறிப்பிட்ட பிரபலத்தின் பெயரைச்சொல்லி அவர் 2 மாதங்களுக்கு முன்பு தனது அலுவலகத்திற்கு பெரிய ஆர்டர் கொடுத்ததாகவும், அந்த விற்பனைப் பிரதிநிதிதான் அதை சப்ளை செய்தது மட்டுமல்லாமல் அதைப் பொருத்தித் தரவும் ஏற்பாடு செய்ததாக சவடால் அடித்தார்.

பிரதிநிதியின் பேச்சைப் பொறுமையாகக் கேட்டுக்கொண்டிருந்த வாடிக்கையாளர் தமக்கு அந்தப் பிரபலமான புள்ளி மிகவும் பரிச்சயப்பட்டவர் என்றும் அவர் உலகத்தை விட்டுச் சென்று 6

மாதங்களுக்கு மேல் ஆகிவிட்டது என்றும் மெதுவாகக் கூற பிரதிநிதியின் முகம் போன போக்கை நீங்களே உங்கள் மனக்கண்களில் கண்டு கொள்ளலாம்!

இதைத்தான் 'தொடர்பு கொள்ளுதலில் நேர்மை' (Integrity in communication) என்பார்கள். சுருக்கமாகக் கூற வேண்டுமென்றால், எண்ணங்களைக் கோர்வைப்படுத்திக்கொள்ளுங்கள்.

முக்கியமான சந்திப்புக்குச் செல்லுமுன்பாகப் பேசவேண்டிய விஷயங்களைச் சற்று பேசிப் பார்த்துப் பழகுங்கள்.

அதில் என்னென்ன கேள்விகள் வரும் என்று நீங்களே கேட்டு அதற்கு விடைகளைத் தயார் செய்து கொள்ளுங்கள்.

வார்த்தைகளை அளவோடு மட்டுமல்ல நேர்மையோடும் பிரயோகம் செய்யுங்கள்.

எண்ணங்களின் பலமில்லாத, வெற்று வார்த்தைகள்; கேட்போரின் உள்ளத்தை எட்டுவதில்லை.

கண்ணோடு கண் நோக்கி உரையாடுங்கள் அது உங்களது தன்னம்பிக்கையை வெளிப்படுத்தும்.

'சொல்லுக சொல்லைப் பிரிதோர் சொல் அச்சொல்லை
வெல்லுஞ்சொல் இன்மை அறிந்து'

- திருவள்ளுவர்

3

வாடிக்கையாளர் வேடிக்கையாளர் அல்ல!

வாடிக்கையாளர்தான் அரசன்! இந்த அளவு கோலை எல்லா நிறுவனங்களும் மேலெழுந்த வாரியாக சகட்டுமேனிக்குப் பயன்படுத்து வதைக் காண்கிறோம். இதன் உண்மையான விளக்கம் என்ன என்பதைப் பகிர்ந்துகொள்ள யாரும் முன் வருவதில்லை.

வாடிக்கையாளர்தான் அரசன் என்றால் அவர் கூறுவதை நிறுவனங்கள் முழுவதும் ஏற்றுக் கொண்டு அதன்படித்தான் நடக்க வேண்டுமா? அல்லது அரசனைப்போல் நடத்துவதாக பாவனை செய்துவிட்டுத் தங்கள் இஷ்டம்போல நடந்து கொள்வதா?

அல்லது, சில சமயங்களில் அரசனைப் போலவும் சில சமயங்களில் ஆண்டியைப் போலவும் நடத்துவதா? அல்லது ஒரே விஷயத்தில் அவரை பாதி அரசனாகவும் பாதி ஆண்டியாகவும் நடத்துவதா?

மேற்குறிப்பிட்டவை வெறும் கேலிக்காக எழுதப்பட்டவையல்ல! பெரும்பாலான

நிறுவனங்கள் வாடிக்கையாளர்களை நடத்துகிற லட்சணம் அப்படித்தான் இருக்குமோ என்று தோன்றுகிறது!

என்னைப் பொருத்தவரையில் வாடிக்கையாளர் என்பவர் ஒரு கறவைப் பசு போன்றவர். அவருக்குச் சரியான சேவையை விற்பனை நிறுவனங்கள் செய்வது என்பது ஒரு பசுவுக்குக் கொடுக்கும் போஷாக்கைப் போன்றது. எப்படி சரியான வேளையில் சரியான தீவனத்தை அளித்து பசுவை வளர்க்கிறோமோ அப்படி விற்பனையாளர் வாடிக்கையாளரைச் சரியான கால இடைவெளிகளில் (frequency) காணவேண்டும்.

பசுவுக்கு சரியான தீவனம் கொடுக்காது பாலை மட்டும் கறக்க முற்பட்டால் பசு பலமிழந்து பால் கொடுப்பதையே நிறுத்திவிடும். கொடுப்பதற்கு அதிகமாகக் கறக்க முற்பட்டாலும் அதே கதிதான். மேலும் எல்லாப் பசுக்களும் ஒரே மாதிரியானவை அல்ல.

அதனால்தான் 'ஆடுற மாட்டை ஆடிக் கறக்கணும். பாடுற மாட்டை பாடிக் கறக்கணும்' என்ற பழமொழி ஏற்பட்டது. இப்போது விற்பனையாளர்களுக்கும் வாடிக்கையாளர்களுக்கும் உள்ள தொடர்புக்கு வருவோம்.

விற்பனையாளர் எப்போதும் தன் நிறுவனத்தின் சிந்தனையிலேயே இருந்தால் அவர் தனது பொருள்களை எப்படி தள்ளுவது, எப்படி தன் இலக்கை எய்துவது, எப்படி ஊக்க ஊதியத்தைப் பெறுவது, எப்படி பதவி உயர்வு வாங்கிச் செல்வது என்ற ஆசைகளுடனேயே பெரும்பாலும் வாடிக்கையாளரை அணுகுகின்றார்.

இது ஒரு அப்பட்டமான சுயநல வேட்கையாகின்றது. அத்தகைய மனநிலையோடு அவர் வாடிக்கையாளரை அணுகும்போது, வாடிக்கையாளருக்கும் அவ்வதிர்வலைகள் வேறு ஒரு பாதிப்பை உண்டாக்குகின்றது.

அவரும் தனது சுயநலத்தோடு எப்படி விற்பனையாளரிடமிருந்து அதிகம் லாபம் பெறுவது, அவரை எப்படி கசக்கிப் பிழிந்து அதிகம் தள்ளுபடி பெறுவது அல்லது அவரது பொருள்களை வாங்காமல் எப்படி தட்டிக் கழிப்பது என்பது போன்ற சிந்தனைகளில் ஆழ்கிறார்.

இந்த எதிர் எதிர் சக்திகளால் சரியான நேர்காணல் இல்லாது போய் அச்சந்திப்பு பயனற்ற வெற்று வார்த்தையாடல்களாகி இருவருக்கும் உபயோகம் இல்லாமல் முடிகிறது.

பல வருடங்களுக்கு முன்னால் நான் ஹார்லிக்ஸில் விற்பனைப் பிரதிநிதியாக இருந்தபோது நடந்த சம்பவம் நினைவுக்கு வருகிறது.

அப்போது காஞ்சிபுரம் மார்க்கெட் எனது அதிகார வரம்பில் இருந்தது. அங்கு ஒரு கடையில் வாடிக்கையாளரிடம் நான் உரையாடிக் கொண்டிருந்தேன்.

எங்களது விற்பனைப் பொருள்களில் ஹார்லிக்ஸைத் தவிர 'சில்விக்ரின்' என்று ஒரு ஹேர் டானிக்கும் இருந்தது. விலை அதிகமானதால் அது பெரும்பாலும் மருந்துக் கடைகளிலும் அல்லது பெரிய சூப்பர் மார்க்கெட்டுகளிலும்தான் விற்கப்பட்டு வந்தது.

அன்று கடை வாடிக்கையாளரிடம் பேசும்போது நான் பொதுவாக அவரது நலம் விசாரித்துவிட்டு, 'எப்போது உங்களது கல்யாண சாப்பாடு?' என்றேன். அவர், வருத்தமாக 'என் தங்கைக்குக் கல்யாணமான பின்தான் சார்' என்றார். மேலும் தலைமுடி அதிகம் உதிர்ந்திருந்ததால் தங்கையின் கல்யாணம் தள்ளிக்கொண்டே போவதாகவும் வருத்தத்தோடு குறிப்பிட்டார்.

நான் அவரைப் பயப்படவேண்டாம் என்று கூறி, என்னிடம் இருந்த சில்விக்ரின் என்ற முடிக்கு போஷாக்குத் தரும் தயாரிப்பு பற்றிக் கூறினேன். அவரும் மகிழ்ந்து வாங்கிக்கொண்டு தங்கைக்கு கொடுப்பது மட்டுமல்லாமல் தானும் தன் கடையில் வைத்து விற்க, முயல்வதாகக் கூறினார்.

இது நடந்து 6 மாதங்களுக்குள் அவரது தங்கையின் பிரச்னை சரியாகிக் கல்யாணமும் நிச்சயமாகிவிட்டது. இதற்குள் நான் கோயம்புத்தூருக்கு மாற்றலாகிச் சென்றுவிட்டேன். அந்த வாடிக்கையாளர் எனது நிறுவனத்தின் சென்னை அலுவலகத்தோடு தொடர்புகொண்டு என் கோவை முகவரியைக் கண்டுபிடித்து எனக்குத் தன் தங்கையின் திருமண அழைப்பை அனுப்பியதும் மட்டுமில்லாமல் மிக உருக்கமாக எனக்கு நன்றி தெரிவித்திருந்தார்.

ஆகவே நண்பர்களே! முழுக்க முழுக்க சுயநலத்தோடு உங்களது வாடிக்கையாளர்களை அணுகாதீர்கள்! அவர்களது நலன்களிலும் அக்கறை கொள்ளுங்கள் - உண்மையாக - வெறும் போலி வார்த்தைகளால் அல்ல.

நமது அத்தகைய மனப்பான்மை வாடிக்கையாளரையும் தொற்றிக் கொள்ளும்.

இதைப்பற்றி எழுதும்போது மற்றொரு சம்பவமும் என் நினைவுக்கு வருகிறது.

நான் ஐக்கிய அரபுநாடுகளில் பணி செய்து கொண்டிருக்கும்போது நிகழ்ந்த சம்பவம் இது.

அங்கெல்லாம் நான் பெரிய சூப்பர் மார்க்கெட்டுகளுக்கு ஒப்பந்தப் பேச்சு வார்த்தைகளுக்குச் செல்லும்முன்பு குறிப்பிட்ட சூப்பர் மார்க்கெட்டுகளின் லேஅவுட் (Layout), அதாவது வடிவமைப்பு எப்படி அமைத்திருக்கிறார்கள் என்பதை மிக அக்கறையோடு கவனிப்பேன்.

அதில் 'Category Management' என்று குறிப்பிடப்படக் கூடிய 'விற்பனைப்பொருள்களின் வகை நிர்வாகம்' எப்படிச் செயல் படுத்தப்படுகிறது என்பதைக் கூர்ந்து கவனிப்பேன். அவர்களின் நுகர்வோர்கள் எந்த வழியாக சூப்பர் மார்க்கெட்டின் பொருள்கள் அடுக்கப்பட்ட அலமாரிகளை எந்த வகையில் அணுகுகிறார்கள்? பொருள்கள் எப்படி வகைப்படுத்தப்பட்டிருந்தால் நுகர்வோர்களுக்கு அது எளிதாகப் புலப்படும் வகையில் அமைந்து பயனளிக்கும் என்றெல்லாம் ஆராய்ச்சி செய்வேன்.

உதாரணமாக ஒரு வாடிக்கையாளர் கடையில் நுழையும்போது அவர் கண்களில் முதலில் தென்படுவது பழ வகைகள் என்று வைத்துக் கொள்வோம். அது ஒரு பாசிடிவ் வைப்ரேஷனை (positive vibration) உண்டாக்குகிறது.

அதே கடையில் நுழைந்த உடனே தென்படுவது செல்லப் பிராணிகளின் உணவாகவோ (pet food) அல்லது சானிடரி நாப்கினாகவோ இருந்தால் நுகர்வோரின் மனநிலை வேறு விதமாக இருக்கும்.

ஒப்பந்தப் பேச்சு வார்த்தைகளின்போது நான் கண்காணித்த, அறிந்து கொண்ட தகவல்களை விலாவாரியாக வாடிக்கையாளரிடம் பகிர்ந்து கொள்வேன். அப்படி அவர்கள் சூப்பர் மார்க்கெட்டுகளின் லேஅவுட்டை மாற்றி அமைத்தால் அது அவர்களுக்கு எத்தனை லாபம் தரும், நுகர்வோர்களுக்கும் எத்தனை எளிமையாக இருக்கும் என்றெல்லாம் பட்டியலிட்டுக் காட்டுவேன்.

இத்தகைய நுட்பமான செய்திகள் அவர்களுக்குப் பெரும்பாலும் அதிக மகிழ்ச்சியைத் தருவதுடன் என் மேல் உயர் மதிப்பையும் பெருக்கும். நான் உண்மையிலேயே அவர்களின் நலனில் அக்கறை, காண்பிப்பதாக அவர்கள் உணர்வார்கள்.

இவ்வாறாகத் தொடக்கத்திலேயே ஒரு நல்லிணக்கத்தை நான் ஏற்படுத்தி விடுவதால் எங்களது ஒப்பந்தப் பேச்சு வார்த்தைகள் சுமுகமாக இருதரப்பாருக்கும் லாபம் மிக்கதாகவே அமைந்தன.

ஆகவே நண்பர்களே! உங்களது வாடிக்கையாளர்களைச் சரியாக அறிந்துகொள்ளுங்கள். அவர்களது பலம், பலவீனங்களை நன்கு

படியுங்கள். உங்களால் இயன்றவரை அவர்களுக்கு இதயபூர்வமாக உதவுங்கள் - தொழில்முறையிலோ அல்லது தனிப்பட்ட முறையிலோ - இவை வீண்போகாது.

நான் தனிப்பட்டமுறையில் என்று கூறுவதை ஏதோ 'சம்திங்'தரச் சொல்கிறேன் என்று குழப்பிக் கொள்ளாதீர்கள்!

ஒரு சிறிய ஆலோசனை (எனது காஞ்சிபுரம் வாடிக்கையாளர் அனுபவம்) தனிப்பட்ட முறையிலிருந்தாலும் எப்படி அது ஒரு நட்பு மலர்வதற்கு உதவியாக இருக்கிறது பாருங்கள்.

இப்போது வேறொரு கோணத்தில் நுகர்வோர் என்ற முறையில் நாம் எப்படி நடத்தப்படுகிறோம் என்பதையும் பார்ப்போம்.

ஒரு இருபது முப்பது ஆண்டுகளுக்கு முன்பெல்லாம், ஒரு புகார் ஒரு நுகர்வோரிடமிருந்து வந்ததென்றால், குறிப்பிட்ட நிறுவனத்தின் பிரதிநிதி உடனே அவர் வீடு தேடிச்சென்று அப்புகாரின் விவரங்களைச் சேகரித்து அதற்கு வேண்டிய நடவடிக்கை எடுக்கின்ற பழக்கம் இருந்தது.

நான் ஹார்லிக்ஸில் பணி புரிந்தபோது அப்படிச் சில புகார்களைக் கையாண்டிருக்கிறேன்.

அதிகமாக நான் கண்டவையெல்லாம் நுகர்வோர் உபயோகிக்கும் போது பாட்டிலின் மூடியைத் திறந்து வைத்து விடுவார்கள், பின் காற்று உள்ளே சென்றதின் காரணமாகவோ அல்லது ஈரமான ஸ்பூனை உபயோகித்த காரணத்தினாலோ ஹார்லிக்ஸ் கட்டிப் போயிருக்கும் என்றாலும் நுகர்வோரின் நலனைக் கருத்தில் கொண்டு நல்லெண்ணத்தின் அடிப்படையில் அவர்களுக்கு உபயோகிக்கும் முறைகளைக் கற்றுக்கொடுத்துவிட்டு, ஒரு புதிய ஹார்லிக்ஸ் பாட்டிலை கொடுப்பது என்ற நிலை இருந்தது.

அந்த நுகர்வோர் திருப்பிக்கொடுத்த பாட்டில் நிறுவனத்தின் தரக் கட்டுப்பாட்டுப் பிரிவுக்கு அனுப்பி வைக்கப்படும்.

இன்றோ பெரும்பாலான நிறுவனங்கள் வெறும் இமெயிலிலும், டெலிபோனிலும் புகார்களைக் கையாள்வதைக் காண்கிறேன்!

உதாரணத்துக்கு, நான் உபயோகித்து வந்த ஷேவிங் நுரை கண்டெய்னர் (shaving foam container) ஒருநாள் எனது குளியல் அறையில் எதிர்பாராதவிதமாக வெடித்துச் சிதறியது. (நல்ல வேளை! நான் அப்போதுதான் குளித்து முடித்துவிட்டு வெளியே வந்திருந்தேன்! இல்லை என்றால் நான் அலங்கோலமாயிருப்பேன்!)

பதறிப்போய் நான் உள்ளே சென்றபோது நான் கண்டது என்னை உறைய வைத்தது. கன்டெய்னரில் இருந்த நுரை முழுவதும் என் குளியலறை முழுவதும் கன்னா பின்னாவென்று சிதறி குளியலறை ஒரு போர்க்களம்போல் காட்சி அளித்தது.

முதலில் அக்கோரக்காட்சியை என் செல்போன் காமிராவில் பதிவு செய்தேன். பின் அறையைச் சுத்தம் செய்வதற்கு ஏற்பாடு செய்தேன்.

பின், ஷேவிங் பொருள்கள் தயாரிப்புகளிலேயே முதன்மை வகிக்கும் அந்தப் பிரபல நிறுவனத்திற்கு எனது புகாரை பதிவு செய்தேன் - எடுத்திருந்த போட்டோக்கள் சகிதம்.

அடுத்த நாளே எனக்கு அவர்களிடமிருந்து கால் வந்தது. புகாரை விலாவாரியாக எடுத்துரைத்தேன்.

பேசியவர் மிகவும் வருத்தம் தெரிவித்து ஆவன செய்வதாகக் கூறினார். நான் எதிர்பார்த்தது, முன்பு நான் விற்பனையாளனாக இருந்தபோது நுகர்வோரை கையாண்டதைப்போன்று அவர்களது பிரதிநிதி வந்து விவரங்களை நேரடியாகக் கேட்டு அதன்படி நடவடிக்கை எடுப்பார் என்று.

அவர்கள் நான் அனுப்பி வைத்த போட்டோக்களை வைத்தே தீர்மானங்களை எடுப்பார்கள் என்று நான் நினைக்கவில்லை.

அவர் போட்டோக்களைக் கண்டுவிட்டு, ‘சார், போட்டோவைக் பார்க்கும்போது அந்த கன்டெய்னர் கொஞ்சம் துருப்பிடித்ததாகத் தெரிகிறது. நாங்கள் செய்வது 'Rust resistant container' 'Rust Proof' அல்ல’ என்று ஏதேதோ சமாதானம் சொல்லத் தலைப்பட்டார்.

‘நான் வசிப்பது கடற்கரையை ஒட்டிய பகுதி.. அப்படிப்பட்ட இடங்களில் எப்படி நீங்கள் இப்படியொரு வாதத்தை வைக்க முடியும்?’ நான் வாதிட்டேன்.

அவர் பதில் கூற முடியாமல் ஆனால் மீண்டும் வருத்தம் தெரிவித்து, அந்தத் தயாரிப்பை மாற்றிக்கொடுப்பதாகக் கூறினார். மேலும் கொரியர் மூலம் என் கையில் இருந்த சேதமான பொருளைத் திரும்பப் பெற்றுக்கொள்வதாகவும் கூறினார். அதன்படிச் செய்யவும் செய்தார்.

எனக்கு அவர் பொருளை மாற்றிக் கொடுப்பதைக்காட்டிலும் அத்தகைய கோரச் சம்பவங்களை அவர்கள் எப்படி எதிர்காலத்தில் தவிர்க்கப் போகிறார்கள் என்பதே கவலையாக இருந்தது. காரணம் அவர்களது கன்டெய்னர் துருப்பிடிப்பதை அவர் சாதாரணமாக எடுத்துக்கொண்டு அதை நியாயப்படுத்தியதுதான்.

இதேபோன்ற சம்பவம் வேறொன்றும் என் நினைவுக்கு வருகிறது. ஒரு 25 வருடங்களுக்கு முன் நடந்த சம்பவமிது.

திருச்சியிலிருந்த ஒரு 'பாட்டா ஷூ' ஷோ ரூமில் ஒரு ஜோடி ஷூக்கள் வாங்கினேன். ஷோ ரூமில் போட்டுப் பார்க்கையில் அது சரியாக இருந்தாற்போல் தோன்றியது. ஆனால் ஒரே நாளில் எனக்கு ஒரு வினோதமான அனுபவம் ஏற்பட்டது.

வலதுகால் ஷூ சரியாக இருந்தது. ஆனால் இடது கால் ஷூ காலை கடித்துப் பிடித்தது!

நான் உடனே அந்த ஷோ ரூமுக்குச் சென்று என் புகாரைத் தெரிவித்து அந்த ஷூவை மாற்றிக் கொடுக்கும்படி சொன்னதற்கு ஷோ ரூம் மேனேஜர், ' அப்படி இருக்க சாத்தியமில்லை, ஒருவேளை உங்கள் இட து கால் வலது காலைவிட சற்றுப் பெரிதாக இருக்கலாம்' என்று அடாவடியாகக் கூறினார்.

'நான் பத்து வருடங்களுக்கு மேலாக உங்கள் ஷூக்களை உபயோகப் படுத்தி வருகிறேன். இதுவரை இல்லாமல் இப்போது மட்டும் என் இடது கால் சைஸ் எப்படி அளவு மாறி இருக்கும்?'

'அதைப்பற்றி நாங்கள் ஒன்றும் சொல்ல முடியாது.'

இனி இந்த மேனேஜரிடம் பேசிப் பயனில்லை என்று பாட்டா கம்பெனிக்கே நடந்ததைத் தெரிவித்துக் காட்டமாக ஒரு கடிதம் எழுதினேன்.

வெகு சீக்கிரம் பதில் வந்தது. 'உங்களுக்கு நேர்ந்த அசௌகரியத்துக்கு வருந்துகிறோம். குறிப்பிட்ட கிளைக்கு உத்திரவு கொடுத்திருக் கிறோம். நீங்கள் தயவு செய்து அங்கு சென்று உங்களது குறைபாட்டுடைய ஷூவை மாற்றிக்கொள்ளுங்கள்.'

நான் மீண்டும் அந்தக் கிளைக்குச்சென்றபோது அந்த மேனேஜர் வாய் பேசாது அவைகளை மாற்றிக்கொடுத்தார்!

வேறொரு விஷயத்தையும் நீங்கள் கண்டிருப்பீர்களோ இல்லையோ, சூப்பர் மார்க்கெட்டுகளில் விற்பனையைக் கூட்டும்விதமாக குறிப்பிட்ட பொருள்களில் விலை குறைப்பு செய்கிறார்கள், அதன்படி அலமாரியில் அந்தப் பொருளின் அடியில் அந்தக் குறைக்கப்பட்ட விலை காணப்படும்.

நான் என் மனைவியுடன் சென்னையில் உள்ள ஒரு பெரிய ஹைப்பர் மார்க்கெட்டுக்குச் சென்றிருந்தேன். அங்கு இவ்வாறு பாதாம் பருப்பிற்கு ஒரு அதிரடி விலைக் குறைப்பைக் கண்டோம்.

மற்ற பொருள்களுடன் அதையும் வாங்கினோம். பில் அடிக்கப் பட்டது. நாங்களும் பணத்தைக் கொடுத்துவிட்டு வீடு வந்து சேர்ந்தோம்.

பின்னர்தான் பில்லில் ஒவ்வொரு பொருளாக விலையை நோக்கிய போது நாங்கள் கடையில் கண்ட விலை இல்லாது பாதாம் பருப்பிற்கு அதிக விலை குறிக்கப்பட்டிருப்பதைக் கண்டோம்.

நாம் உடனே பில்லை ஸ்கேன் செய்து அந்த ஹைப்பர் மார்க்கெட்டின் அலுவலகத்துக்கு மெயிலில் அனுப்பினேன். எனது புகாரையும் பதிவு செய்தேன்.

உடனே அவர்களிடமிருந்து போன் வந்தது. அவர்களுடைய கிளை மேலாளருக்கு எனது புகார் குறித்து தெரிவிக்கப்பட்டிருப்பதாகவும் அவர் உரிய நடவடிக்கை எடுப்பார் என்றும் கூறினர்.

குறிப்பிட்ட மேலாளர் தவறுக்கு வருந்துவதாகக் கூறி அடுத்த முறை தங்களது ஹைப்பர் மார்க்கெட்டுக்கு வரும்போது அந்த வித்தியாசத் தொகையை (ரூபாய் 150 என்று ஞாபகம்) பில்லில் சரி செய்து விடுவதாகக் கூறினார்.

நான் இருப்பதோ ஒரு பக்கம். அந்த ஹைப்பர் மார்க்கெட் இருப்பது சென்னையின் மற்றொரு கோடி. நான் எங்கே மீண்டும் அங்கே செல்வது?

'அது என்னால் முடியாது. நீங்கள் உங்களது பிரதிநிதியை என் இல்லத்துக்கு அனுப்பி உங்கள் தவறை சரி செய்வதுதான் முறையாக இருக்கும்' என்று பதில் அளித்தேன்.

அவரும் வேறு வழி இல்லாது அதற்கு ஒப்புக்கொண்டு மேற்படி தொகையை அனுப்பி என் புகாரைத் தீர்த்து வைத்தார்.

எல்லா சூப்பர் மார்க்கெட்டுகளும் பாடும் பல்லவி , 'எங்களது கணினியில் விலை அப்டேட் ஆகவில்லை அல்லது அலமாரியில் உள்ள விலைச் சீட்டை மாற்ற மறந்துவிட்டோம், மன்னியுங்கள்.' என்பதுதான்.

நுகர்வோருக்கு நான் சொல்லும் அறிவுரை இதுதான். எதையும் மேம்போக்காகப் பார்த்து அப்படியே ஏற்றுக்கொண்டு விடாதீர்கள். நன்றாகச் சரி பார்த்த பின்னே ஏற்றுக்கொள்ளுங்கள்.

கடைக்காரர்கள் அவர்கள் வழக்கமாகக் கூறுவதுபோலத் தங்கள் கணினியில் புதுப்பிக்காமல் கோட்டை விடுகிறார்களா அல்லது

வந்தவரை லாபம் என்று கண்டுகொள்ளாமல் விட்டு விடுகிறார்களா? - அது அந்த ஆண்டவனுக்குத்தான் தெரியும்.

இந்தப் பங்குச் சந்தை, மியூச்சுவல் ஃபண்ட் விளம்பரங்களில் எல்லாம் அடிக்குறிப்பில் பொடி எழுத்தில் சட்டபூர்வமாகச் சொல்வார்களே, அதுபோல் நுகர்வோர் நாம்தான் பத்திரமாக இருந்து நம் பணத்துக்குக் கிடைக்க வேண்டிய மரியாதையைப் பெற்றுக் கொள்வதில் கண்ணாயிருக்க வேண்டும்!

இவர்கள் எல்லாம் புரிந்துகொள்ளாத ஒரு விஷயம் , 'ஒரு திருப்திப் படுத்தப்பட்ட வாடிக்கையாளர் என்பவர், கம்பெனிக்கு இலவசமாகக் கிடைக்கும் விளம்பரத்துக்கு ஒப்பானவர்' என்பது. வேறொரு முக்கியமான விஷயம் ஒரு நுகர்வோரை நேரில் காணும்போது பல முக்கியமான கருத்துக்களை அவரிடம் பெறலாம், அது அக்கம்பெனியின் வளர்ச்சிக்குப் பெரிதும் உதவலாம்.

எனவே நீங்கள் விற்பனையாளராக இருக்கும்போது... உங்கள் வாடிக்கையாளர்களை வேடிக்கையாளர்களாகப் பார்க்காதீர்கள்! பாருங்கள் உங்களது பங்குதாரர்களாக!

4

ஜய ஜய பேரங்கள்

(win-win negotiations)

விற்பனை அரங்கத்தின் மிக மிக முக்கியமான ஆட்டம் பேரப் பேச்சு வார்த்தைகள்!

ஓர் ஒப்பந்தம் கையெழுத்தாக வேண்டுமென்றால் அதில் எத்தனை நுணுக்கங்களைப் பார்க்க வேண்டி இருக்கிறது? எத்தனை சட்டத் திட்டங்களை வகுக்க வேண்டி இருக்கிறது? ஒவ்வொரு சட்டத்துக்குள் எத்தனை உட்பிரிவுகள்?

இவை அனைத்தையும் ஏதோ இன்றைக்கு வந்த வேலை முடிந்தது என்று எண்ணி சட்டு புட்டென்று கையெழுத்திடாமல், மிகுந்த தொலைநோக்குப்பார்வையுடன் காணவேண்டி இருக்கிறது.

பேரப் பேச்சு இல்லாத வாணிகம் விற்பவருக்கும் மகிழ்ச்சியைத் தருவதில்லை. வாங்குபவருக்கும் திருப்தியை அளிப்பதில்லை.

உதாரணத்துக்கு நீங்கள் உங்கள் காரை விற்கிறீர்கள் என்று வைத்துக் கொள்வோம். அதை நீங்கள் 5 வருடங்களுக்கு முன்பு வாங்கினீர்கள் என்றும் ஒரு 50,000 கி.மீ ஓடி

இருக்கிறது என்றும் வாங்கும்போது இதன் விலை 8 லட்சம் என்றும் வைத்துக் கொள்வோம்.

இப்போது நீங்கள் ஓர் ஆசாமியிடம் அதை 3 லட்சத்துக்கு விற்கத் தயாராக இருப்பதாகக் கூறுகிறீர்கள். அந்த நபரும் நீங்கள் கூறுவதை அப்படியே ஏற்றுக் கொண்டு வாங்கிக் கொள்கிறார் என்று வைத்துக்கொள்வோம்.

தொடக்கத்தில் இது ஒரு சுமுகமான விற்பனையாகத் தோன்றினாலும்; உங்கள் இருவர் மனோநிலையும் உடனே மாறுவதை உணர்வீர்கள்.

நீங்கள் என்ன நினைப்பீர்கள்?

'அடடா! ஆசாமி நாம் கேட்ட தொகையைத் தர சட்டென்று ஒப்புக் கொண்டதைப் பார்க்கும்போது நாம்தாம் விலையைக் குறைவாகக் கூறிவிட்டோமோ? ஒருவேளை மூன்றரை லட்சம் கேட்டிருக்கலாமோ?' என்று சபலம் வரும்.

வாங்கியவர் மனோநிலை எப்படி இருக்கும்?

'அடடா! கேட்ட உடனே சுளையாக 3 லட்சத்தைக் கொடுத்துத் தொலைத்துவிட்டோமே! இரண்டரை லட்சத்துக்குக் கேட்டிருந்தால் காரைக் கொடுத்திருப்பாரோ?' என்று நினைப்பார்.

விளைவு... இரு தரப்பிலும் திருப்தி இல்லாத நிலைமை!

விற்பவராக இருந்தாலும் சரி, வாங்குபவராக இருந்தாலும் சரி, முறையான பேரத்துக்குப் பின் விற்றால் அல்லது வாங்கினால்தான் நாம் சரியான விலைக்கு விற்றோம் அல்லது வாங்கினோம் என்று இருதரப்பினருக்கும் தோன்றும்.

எல்லாவற்றிலும் விதிமுறைகள் உள்ளதுபோலவே இந்த பேரப் பேச்சு வார்த்தை விவகாரங்களிலும் விதிகள் உண்டு!

அதன்படி பேரத்தின் முக்கியமான விதிகள் யாவை என்பதை விவரமாகப் பார்ப்போம்.

விதி 1: எப்போதும் அதிக அளவிலேயே உங்கள் கோரிக்கைகளை வையுங்கள்.

பெரும்பாலான விற்பனை அதிகாரிகளுக்கு அதிக கோரிக்கைகளை வைத்தால் தாம் ஒப்பந்தப் பேச்சு வார்த்தைகளிலிருந்து வெளியேற்றப் பட்டு விடுவோமோ என்ற அச்சம் குறிக்கிடுகிறது. ஆகவே அவர்கள் தங்கள் கோரிக்கைகளை முன்வைக்கத் தயங்குகிறார்கள்.

இது தேவையேயில்லை. ஒரு போதும் அச்சத்துக்கும், தயக்கத்துக்கும் இடம் கொடாதீர்கள். உங்களது அச்சங்கள், தயக்கங்கள் உங்களது மனத்தின் குறைபாடுகளே அன்றி நிதர்சன வணிக பேரங்களுக்குப் புதியதல்ல.

அதிக சலுகை கோருகின்ற, கடுமையான பேரம் செய்கின்ற வாடிக்கை யாளருமேகூட நீங்கள் அதிக கோரிக்கைகளை வைக்கும்போது தங்களது சலுகை பேரத்தைக் குறைத்துக்கொள்வதை நான் கண்கூடாகக் கண்டிருக்கிறேன்.

இதற்கு என் மற்றுமொரு அனுபவத்தை உங்களிடம் பகிர்ந்து கொள்கிறேன்.

ஒரு குறிப்பிட்ட உலகத்தில், இரண்டாவது ஸ்தானத்தில் இருக்கின்ற ஹைப்பர் மார்க்கெட் அது! வருடாந்திர ஒப்பந்தத்தின்போது எங்களிடம் மிக அதிகமான தள்ளுபடிகளைக் கொடுக்க வற்புறுத்தினார்கள்.

அவ்வளவு அதிகம் கொடுத்தால் நாங்கள் நஷ்டத்தில்தான் வியாபாரம் நடத்த வேண்டிவரும் என்று கருதி நாங்கள் அதற்கு ஒப்புக் கொள்ளவில்லை.

அவர்கள் எங்கள்மீது அழுத்தம் கொடுக்க நினைத்து எங்களது தயாரிப்புகளைக் கொள்முதல் செய்வதை நிறுத்தினர். நாங்கள் அதைக் கண்டு பயப்படாமல் அதை எதிர்கொள்வதற்கான வழிமுறை களை ஆராய்ந்தோம்.

மற்ற சந்தைகளில் எங்களது செயல்பாடுகளை அதிகரித்து அதன் மூலம் எங்களது விற்பனையைக் கூட்டி அவர்களுக்கு எங்கள் பலத்தைக் காண்பித்தோம்.

அவர்களும் எங்களை ஒதுக்கித்தள்ளிவிட்டு வியாபாரம் செய்ய முடியாது என்பதை உணர்ந்துகொண்டார்கள்.

பின் அடுத்தமுறை மீண்டும் அவர்கள் எங்களை பேரப் பேச்சுக்கு அழைத்தார்கள்.

இப்போது அவர்களது அடாவடிக்கோரிக்கையை கவனியுங்கள்

'நீங்கள் உங்களது தயாரிப்புகளை எங்கள் ஹைப்பர் மார்க்கெட்டு களில் குறிப்பிட்ட காலத்துக்கு விநியோகம் செய்யாததால், அவற்றை நாங்கள் எங்கள் சிஸ்டத்திலிருந்து வெளியே தள்ளிவிட்டோம். அவற்றை மீண்டும் சிஸ்டத்தில் ஏற்றி லிஸ்டில் கொண்டுவர வேண்டுமானால் எங்களுக்கு 3 லட்சம் திர்ஹம்கள் ரீ லிஸ்டிங் கட்டணமாகத் தரவேண்டும்!

நாங்களும் ஒன்றும் சளைத்தவர்கள் இல்லையே! எத்தனுக்கும் எத்தனாக சற்றும் பயப்படாமல் கூறினோம்,

'நாங்கள் எங்கள் தயாரிப்புகளை விநியோகம் செய்யத் தயாராகத்தான் இருந்தோம், நீங்கள் எங்களது தயாரிப்புகளை உங்கள் சிஸ்டத்திலிருந்து நீக்கிய காரணத்தால்தான் உங்களது பர்ச்சேஸ் ஆர்டர் எங்களுக்கு வரவில்லை. எனவே நாங்கள் குறிப்பிட்ட தொகை கொடுக்க அவசியமில்லை.'

வேறொரு விநியோகஸ்தராக இருந்தால் அவர்களது பலத்தைக்கருதி ஏதோ ஒரு லட்சமோ, ஒன்றரை லட்சமோ கொடுத்து மீண்டும் நுழைந்துவிடலாம் என்று நினைக்கின்ற நிலையில் நாங்கள் அவர்களுக்குத் தர முன்வந்தது வெறும் பதினாயிரம் திர்ஹம்கள்!

அதுவும் ஒரு நட்புக்கான பூச்செண்டாக!

இரண்டு மூன்று பேச்சுவார்த்தைகளுக்குப் பிறகு பேரம் படிந்தது - வெறும் பதிமூன்றாயிரம் திர்ஹம்கள் என்ற சிறிய சலுகையில்!

நண்பர்களே! கோரிக்கைகளைத் தாராளமாக வைக்கத் தயங்காதீர்கள், அச்சம் வேண்டாம்! உங்கள் பக்கம் நியாயம் இருக்குமானால், அறிவுபூர்வமான காரணங்கள் இருக்குமானால் நீங்கள் அதிகம் கோருவதில் ஒரு தவறுமில்லை! ஆகவே பேர விளையாட்டின் முதல் விதியை நன்றாகப் புரிந்துகொண்டு செயல்படுங்கள். ஏராளமான கோரிக்கைகளைத் தாராளமாக முன்வையுங்கள்!

தயக்கம் வேண்டாம்!

பேர விதி 2: வாடிக்கையாளர் அதிகச் சலுகைகளுக்கான கோரிக்கைகளை உங்களிடம் முன்வைத்தால் நீங்கள் அதற்கு எதிரான உங்களது வாக்கு வாதங்களை முன்வைத்து அறிவுபூர்வமாக அவற்றைத் தவிர்க்கலாம்.

இந்த விதியை உங்களுக்கு விளக்குவதற்கு முன்பு, எங்களது வீட்டில் வேலை பார்க்கும் பெண்மணி தான் வாங்கும் ரேஷன் கடையில் அவர் எதிர்கொண்ட பிரச்னையைப் பற்றி உங்களுக்குக் கொஞ்சம் சொல்கிறேன்.

என்னடா இது, பேர விதிக்கும் வேலைக்காரியின் ரேஷன் கடை பிரச்னைக்கும் என்ன சம்பந்தம் என்று தலையைச் சொறியாதீர்கள்! சம்பந்தம் இருக்கிறது.

அந்தப் பெண்ணின் பிரச்னை என்னவென்றால் குறிப்பிட்ட ரேஷன் கடைக்காரன் அரிசி வாங்கும்போது அதன் கூடவே வேறு சில

அவளுக்கு உபயோகமில்லாத பொருள்களையும் வாங்கக் கட்டாயப் படுத்துவதாகவும் அப்படி அவள் வாங்க மறுத்தால் அரிசி, சர்க்கரை போன்றவற்றை முழுமையாகக் கொடுக்க மறுப்பதாகவும் கூறினாள்.

ரேஷன் கடைக்காரனுக்கு அவனது மேலதிகாரிகளின் அழுத்தம். ஏதேதோ சோப், கீப் என்று சில பொருள்களை அவன் மீது திணித்து விற்கும்படி நிர்பந்திக்கிறார்கள். அதை அவன் நுகர்வோர் மீது திணிக்கிறான்!

அவளிடம் நான் எளிய மறுப்பு வாதம் ஒன்றைக் கற்றுக்கொடுத்தேன்.

'நான் வழக்கமாக வாங்கும் பிராண்ட் (Brand) இதுதான். உங்களிடம் இது இல்லை. நீங்களும் சூப்பர் மார்க்கெட் போல அதிக பிராண்ட்களை கொள்முதல் செய்யுங்கள். எனக்கென்ன, பிடித்தமானதை வாங்கி விட்டுப் போகிறேன்!'

நான் படிப்பித்த வாதத்தை அப்பெண்மணி அக்கடைக்காரனிடம் பிட்டு வைக்க அவன் மறு பேச்சில்லாமல் அவளுக்கு உரிய அரிசி பருப்பு வகைகளை அளந்து கொடுத்தானாம்!

இப்போது உங்களுக்குப் புரிந்திருக்கும், இந்தச் சம்பவத்தை நான் ஏன் உங்களிடம் பகிர்ந்துகொண்டேன் என்பதை!

வாடிக்கையாளர் தனது தரப்பிலிருந்து கோரிக்கைகளை வைக்கும் போது அதில் உள்ள logic என்ன என்பதைக் கவனித்து அதற்கேற்றார் போல் நமது வாதத்தை முன் வைக்கவேண்டும்.

வாடிக்கையாளர் எப்பேர்பட்ட நபராக இருந்தாலும் நாம் வெறும் ஆமாம் சாமிகளாக இல்லாது, உரிய வாதங்களை எதிர் வைக்கும் போது அவரது மதிப்பு வாடிக்கையாளர் மனதில் கூடுமேயன்றி குறையாது என்பது எனது நேரடி அனுபவம்.

இவ்விஷயத்திலும் உங்களுக்கு ஓர் உதாரணத்தைப் பகிர்ந்துகொள்ள விரும்புகிறேன்.

மேலை நாடுகளில் உள்ள சில ஹைப்பர் மார்க்கெட்டுகளில் விற்பனை நிறுவனத்தின் மெர்சண்டைசர்கள் (Merchandisers) அவர்களது ஹைப்பர் மார்க்கெட்டில் பணிபுரிய அனுமதி அட்டை அவர்களிட மிருந்து பெறவேண்டும். அதற்கு நிறுவனம், ஒவ்வொரு மெர்சண்டைசருக்கும் குறிப்பிட்ட தொகை (துபாயில் ஆயிரம் திர்ஹம்ங்கள்) திரும்பப் பெற முடியாத வைப்பாகக் கொடுக்க வேண்டும் என்று நிர்பந்திப்பர்.

இந்த மெர்சண்டைசர்களின் தலையெழுத்து அவர்கள் தங்களது நிறுவனத்தின் பொருள்களை மட்டும் display செய்வது போதாதென்று அந்தக் குறிப்பிட்ட ஹைப்பர் மார்க்கெட்டின் மற்ற பணிகளையும் செய்து தொலைக்க வேண்டி வரும்! இது அங்கு நடைமுறையில் உள்ள ஒரு எழுதாத சட்டம்!

நாங்கள் இதைச் சுட்டிக் காண்பித்தது மட்டுமின்றி மேற்படி மெர்சண்டைசர்களுக்கு நாங்கள் செலவாக அழுது தொலைக்கும் தொகையை அவர்களது விற்பனையின் சதமானமாகக் காண்பித்து அவர்கள் வாயை அடைத்தோம்.

மேலும் இவர்களது கோரிக்கைப்படி அதிக நேரம் அவர்கள் ஹைப்பர் மார்க்கெட்டில் பணி செய்வதையும் அடிக்கோடிட்டுக் காண்பித்தோம்.

மேற்குறிப்பிட்ட காரணங்களால் எங்களது முதலீடு இத்தரப்பில் அதிகமாகிக்கொண்டிருப்பதால் மேற்கொண்டு எங்களால் செலவு செய்ய இயலாது என்று கூறி அச்செலவைத் தவிர்த்தோம்.

ஆகவே நமது அறிவுபூர்வமான, நுண்மையான வாக்குத் திறமையாலும், சரியான புள்ளி விவரங்களை அளித்தும் நாம் அவர்களது கோரிக்கைகளை நிறுத்திவிட முடியும்.

ஆனால் இதற்குச் சரியான முன்தயாரிப்பும், புள்ளி விவரங்களும் அவசியம். பேரம் பேசுவதற்கு முன்னால் இவைகளைச் சரியாகத் தயாரித்து வைத்துக்கொள்வது மிக அவசியம்.

பேர விதி 3: சலுகை அளிக்க வேண்டி வந்தால் மிகக் குறைவாகவே தொடங்குங்கள்.

சரி! பேரத்தைத் தொடங்கியாகி விட்டது.

வாடிக்கையாளரும் தன் தரப்பிலிருந்து பற்பல சலுகைகளைக் கேட்கிறார்.

நாமும் பல வாதங்களை வைத்து அவரை சமாளிக்கப்பார்க்கிறோம்.

இருப்பினும் தவிர்க்க முடியாத நேரங்களில் நாம் சில சலுகைகளைக் கொடுத்தே ஆக வேண்டியிருக்கிறது.

சீட்டு ஆடுபவர்களைப் பார்த்தால் ஒரு விஷயத்தைத் தெரிந்து கொள்ளலாம். தன் கையிலுள்ள துருப்புச்சீட்டை ஒருபோதும் உடனே இறக்கிவிட மாட்டார்கள்.

பேரப் பேச்சுவார்த்தையிலும் இதே பாணிதான்!

சலுகை என்பது முக்கியமான அம்சம்தான் என்றாலும் அவ்வாறு சலுகைகள் அளிக்க வேண்டிவந்தால், உடனே உங்கள் கையில் உள்ள துருப்புக்களை இறக்கிவிடாதீர்கள். எங்கே பேரம் கெட்டுவிடுமோ என்று பதறாதீர்கள்!

சலுகைகளை மிகக்குறைவாகவே முதலில் வெளியிடுங்கள். இது வாங்குபவர்க்கு விற்பவரிடம் அதிக சேமிப்பு ஒதுக்கீடு இல்லை என்ற தோற்றத்தை ஏற்படுத்தும்.

உதாரணத்திற்கு எனது துபாய் அனுபவத்துக்கு வருவோம்.

அங்கு ஏற்கெனவே நான் குறிப்பிட்டபடி நவீன சந்தை உச்சத்தில் இருந்த சமயம். ஒவ்வொரு ஹைப்பர் மார்க்கெட்டும் அதிகத் தள்ளுபடி தரும்படி நிர்பந்தித்தார்கள். தள்ளுபடி என்றால் வெறும் கொள்முதலுக்காக மட்டுமல்ல. புதிது புதிதாகக் காரணங்களைக் கூட்டிக்கொண்டே போவார்கள்.

'நாங்கள் எங்களது leafletக்காக இத்தனை செலவு செய்கிறோம், அதற்காக இத்தனை சதவிகிதம். நாங்கள் எங்களது நுகர்வோருக்குக் கொடுக்கும் Loyalty Promotion discount இத்தனை, அதற்காக இத்தனை சதவிகிதம். உங்களது புதிய தயாரிப்புகளை அனுமதிக்க இத்தனை சதவிகிதம். உங்களுக்கு எங்கள் counsumer offtake மற்றும் சில புள்ளி விவரங்கள் வேண்டுமானால் அதற்கு இத்தனை சதவிகிதம். வருடாந்திர கொண்டோலா டிஸ்ப்ளே கணக்கில் இத்தனை சதவிகிதம், தங்களது புதிய கிளைகள் திறப்பிற்கு இத்தனை' என்று சகட்டுமேனிக்கு அடுக்கிக்கொண்டே போவார்கள்!

தொடக்கத்திலேயே அவர்கள் நிர்பந்தித்த சலுகைகளை அவர்களது பலத்திற்குப் பயந்துகொண்டு அளித்ததால் பல விநியோகஸ்தர்கள் தங்கள் reserve ஐத் தீர்த்துவிட்டுத் திண்டாடினார்கள். இதன் பின்விளைவுகளை ஆராய்ந்து நாங்கள் தொடக்கத்திலே மிகக்குறைவான தள்ளுபடியிலே ஆரம்பித்தோம். அதற்கான காரணங்களை ஏராளமாக முன்வைத்தோம். ஆகவே வருடம் பல கடந்தும் எங்களது கையைக் கடிக்காதபடிப் பார்த்துக்கொண்டோம். ஆகவே நீங்கள் சலுகை அளிக்க வேண்டி வந்தாலும் மிகக் குறைவாகவே தொடங்குங்கள்.

எவ்வளவு முதலீடு (invest) செய்ய வேண்டி வந்தாலும் தொலைநோக்குப் பார்வையுடன் செய்யுங்கள்.

விதி 4: ஒவ்வொரு சலுகைக்கும் ஒரு பிரதி ஆதாயம்! (Every concession has a counterpart)

ஒருவேளை நீங்கள் அவர்கள் கேட்கின்ற சலுகைகளைக் கொடுக்க வேண்டிவந்தால் நீங்கள் கொடுக்கின்ற சலுகைகளுக்கு ஈடு கிடைக்கும்படி உங்களுடைய ஆதாயத்தைக் கோருங்கள்.

உதாரணமாக ஒரு வாடிக்கையாளர் உங்களிடம் 3% தள்ளுபடி கேட்கிறார் (தனது வழக்கமான லாபத்தைத் தவிர) என்று வைத்துக் கொள்ளுங்கள், நீங்கள் அதற்குப் பிரதி ஆதாயமாகக் குறிப்பிட்ட குறைந்த பட்ச கொள்முதலைக் கோருவது மட்டுமில்லாமல், உங்களது அனைத்துத் தயாரிப்புகளையும் அவர்கள் கொள்முதல் செய்ய வேண்டும் என்ற கோரிக்கையையும் வைக்கலாம். இதன் மூலம் உங்களது விற்பனை அதிகமாக வாய்ப்பு உண்டு. கொள்பவருக்கும் ஏற்ற சலுகை கிடைக்கிறது என்பதால் லாபமுண்டு. இது ஒரு ஜெய - ஜெய பேரம்!

அதே மாதிரி உங்களது விநியோகஸ்தர் உங்களிடம் அதிக லாப விகிதம் கோரினால், அதற்கு ஈடாக நீங்கள் அவரிடம் கஸ்டமர் சர்வீஸை அதிகரிக்க நிர்ப்பந்திக்கலாம்.

உதாரணமாகக் குறிப்பிட்ட விநியோகஸ்தர் அவர் கேட்கும் அதிகச் சலுகைகளுக்கு பிரதியாக அவர் தனது மார்க்கெட்டுக்குத் coverage frequency ஐ கூட்டுமாறு விற்பனையாளர் கோரலாம்,

சில ஹைப்பர் மார்க்கெட்டுகள் என்னிடம் அதிக எண்ணிக்கையில் நுகர்வோர் சலுகைகள் தரும்படி நிர்ப்பந்தித்தபோது நான் அவர்களிடம் அவர்கள் கோரிய Promotionsகளால் எங்களுக்கு எவ்வளவு அதிகம் செலவு கூடுகின்றது என்பதைக் கணக்கிட்டுக் காண்பித்தேன். அதற்கு ஈடாக இலவச display gondolaக்கள் தரும்படி அவர்களிடம் கேட்டு அவர்களை இணங்க வைத்தேன்.

இவ்வாறு நாம் சரியான வாதங்களை முன்வைத்து பிரதி ஆதாயங்களைக் கேட்கும்போது வாடிக்கையாளர், ‘ஓஹோ, இவனிடமிருந்து எதுவும் ஓசியில் பெயராது’ என்ற நிதர்சன நிலைமையைப் புரிந்துகொள்வார்கள்.

நாமும் கேட்பதை எல்லாம் கொடுத்துவிட்டுத் தத்தளிக்காமல் வியாபாரத்தைச் சரியான முறையில் நிர்வகித்து லாபகரமாக நடத்தலாம்.

விதி 5: பேரத்தின் எல்லா அம்சங்களையும் பூட்ட முடியாவிட்டால் பேரத்தை முறிக்காதீர்கள்.

ஒப்பந்தங்களில் எப்போதும் பலதரப்பட்ட அம்சங்கள் உண்டாகும்.

சில கொள்முதல் அளவைப்பற்றி இருக்கும். சில பெனால்டி அம்சங்கள் இருக்கலாம்.

உதாரணமாக நீங்கள் ஒரு குறிப்பிட்ட அளவில் குறிப்பிட்ட காலக் கெடுவுக்குள் விநியோகம் செய்யவில்லை என்றால், அதனால் வாடிக்கையாளருக்கு ஏற்படும் நஷ்டத்துக்கு ஈடாக ஒரு தொகை கோரப்படலாம். சேவை சார்ந்த அம்சமாக சில கோரிக்கை இருக்கலாம். இப்படிப் பல அம்சங்கள் ஒரு முழு ஒப்பந்தத்தில் இருக்கும். உங்களுக்கு அவற்றில் பாதி அம்சங்களைச் சரியாகப் பூட்ட முடிந்தால் உடனே அவற்றைச் சுமுகமாகச் செய்யுங்கள். இணங்க முடியாத அம்சங்களை வேறொரு தினத்தில் பேச்சுவார்த்தைக்குத் தள்ளிப்போடுங்கள். இவ்வாறு செய்வது இரு தரப்பினருக்கும் மனதிலிருந்து ஒரு பாரத்தை விலக்கியது போலாகும். அதாவது ஒரு உளவியல்பூர்வமான நன்மை (Psychological benefit).

அடுத்த கட்ட பேச்சுவார்த்தை நடக்கும்போது விட்டுப்போன சில அம்சங்கள் மாத்திரம் எடுத்துக் கொள்ளப்படுவதால், அதிக அழுத்தம் இல்லாமல் சுமுகமாகத் தீர்வுகாண இது வழிவகுக்கும்.

எனது அனுபவத்தில் நான் கண்ட உண்மை இதுதான். ஒரே சந்திப்பில் அனைத்தையும் பூட்ட ஒரு போதும் முயல வேண்டாம்.

மூன்று அல்லது நான்கு சந்திப்புகளில் குறிப்பிட்ட அம்சங்களை ஒன்றன்பின் ஒன்றாக எடுத்துக்கொண்டு பேரப் பேச்சு நடத்தும்போது பேரங்கள் ஜெயமாகவே அமைவது நிச்சயம்.

அது மட்டுமல்ல வாடிக்கையாளருக்கும், விற்பனையாளரிடமிருந்து அதிகச் சலுகைகள் எதிர்பார்ப்பது கல்லிலிருந்து நார் உரிப்பது மாதிரி என்ற எண்ணம் தோன்றி தனது அழுத்தத்தைக் குறைத்துக்கொள்ள வாய்ப்புகள் அதிகம்.

உதாரணத்துக்கு, ஒரு கம்பெனி தனது தொழிலாளர்கள் சங்கத்தோடு பேச்சு வார்த்தை நடத்தும்போது ஒரே கலந்துரையாடலிலா ஒப்பந்தத்தை முடிக்கிறார்கள்? ஒவ்வொரு மீட்டிங்கிலும் ஒவ்வொன்றாக Lock செய்து கடைசியாக முழு ஒப்பந்தத்தை ஒரு முடிவுக்குக் கொண்டு வருகிறார்கள் அல்லவா?

விதி 6: பேரம் முடிந்து ஒப்பந்தம் கையெழுத்தாகும்போது மிகவும் மகிழ்ந்து விட்டதாக ஒருபோதும் காண்பித்துக் கொள்ளாதீர்கள்.

நாம் மிகப் பரவலாகக் காண்கின்ற ஒரு சம்பவம், பேரப்பேச்சு கையெழுத்தாகையில் விற்பனையாளர் அதிக மகிழ்ச்சியை வெளிப்படுத்துவது.

இது வாடிக்கையாளருக்கு தாம் ஒருவேளை சரியான பேரம் நடத்த வில்லையோ என்று சந்தேகிக்கத் தூண்டுகிறது. ‘ஓஹோ! இவர் படு

குஷியாக சம்மதித்து என்னைக் கையெழுத்திடச் சொல்கிறாரே! ஒருவேளை நான் சரியாக அவருக்கு அழுத்தம் கொடுக்க வில்லையோ' என்று நினைத்து உடனே அவர் கையொப்பம் இடுவதை நிறுத்திவிட்டு 'ஆ! ஒரு முக்கியமான அம்சத்தைச் சொல்ல விட்டுவிட்டேன்!' என்று கூறி மேலும் ஒரு புதிய அம்சத்தைச் சேர்த்து உங்களது இதயத் தசைகளைக் கவ்வி உங்கள் பிளட் பிரஷரை ஏற்றக்கூடும்!

ஆகவே பேரம் முடியும் போது, சலுகைகள் நீங்கள் அதிகம் கொடுத்து விட்டதாகப் பாவனை செய்யுங்கள். மீண்டும் கொடுப்பதற்கு ஒரு பைசா இல்லை என்ற நிலையிலிருப்பதாக ஒரு காட்சியை உருவாக்குங்கள். அது வாடிக்கையாளருக்கு, தான் சரியாக பேரம் செய்து விட்டதான தோற்றத்தை உருவாக்கி அந்த ஒப்பந்தத்தை முடிக்கத் தூண்டும்.

உதாரணமாக, ஒப்பந்தத்தில் கையெழுத்திடும் முன்பு, ' ம்ஹூம்! உங்களது நிறுவனத்திற்கு எங்களது சக்திக்கு மீறி அதிகச் சலுகைகள் கொடுத்துவிட்டோம். உங்களது நீண்ட கால தொடர்பை மனதில் கொண்டு இவ்வளவு அதிகம் கொடுத்து இருக்கிறோம், இதனை ஈடு கட்ட வேறு இடத்தில் அட்ஜஸ்ட் செய்ய வேண்டி வரும்!' என்று ஒரு வார்த்தை போட்டு வைத்தீர்களானால் அது வாடிக்கையாளருக்குத் திருப்தி தருவது மட்டுமல்லாமல் உங்களிடமிருந்து அவர் உச்ச பட்சம் கறந்து விட்டதான சந்தோஷத்தை அவருக்கு உண்டாக்கி ஒப்பந்தத்தை நன்கு முடிக்க ஏதுவாகும்.

ஆகவே நண்பர்களே! வியாபாரத்தின் மிக முக்கியமான அம்சமான பேரப்பேச்சு வார்த்தைகளை மிகத் திறமையாகக் கையாள வேண்டுமானால் மேலே குறிப்பிடப்பட்ட 6 விதிகளையும் நன்கு புரிந்துகொண்டு உங்களது வர்த்தகத்தில் செயல்படுத்துங்கள்.

உங்களது பேரப் பேச்சுவார்த்தைகள் வெற்றி பேரங்களாக அமைவது உறுதி!

பேரம் என்பது விற்பனையில் மட்டும்தானா?

பேரப் பேச்சு வார்த்தை என்பது ஒரு பொருளை விற்பதிலோ அல்லது வாங்குவதிலோ மட்டுமில்லை. இத்தகைய பேச்சு வார்த்தைகள் நமது தினசரி வாழ்க்கையின் பல அம்சங்களில் நடந்துகொண்டுதான் இருக்கின்றன.

பஸ்ஸில் நீங்கள் கண்டக்டரிடம் டிக்கெட் வாங்க நோட்டை நீட்டும்போது, சில்லறை இல்லை என்று கூறாமல், 'இரண்டு ரூபாய்

கொடுங்கள், ஐந்து ரூபாய் தருகிறேன்' என்று உங்களிடம் சொல்கிறாரே, அதுவும் ஒரு பேரம் போன்ற பேச்சுவார்த்தைதான்.

'குழந்தையை ஸ்கூலில் விடுவதை காலையில் நான் செய்துவிடுகிறேன். மாலையில் அழைத்துக்கொண்டு வருவதை நீ செய்துவிடு' என்று கணவன் மனைவியிடம் சொல்வதும் ஒரு பேரப் பேச்சுவார்த்தைதான்!

அலுவலகத்தில் வேலை பளு கூடும் நேரங்களில் மேனேஜர் செகரெட்டரியிடம், 'இன்று எப்படியாவது வேலையை முடித்து விட்டே செல்ல வேண்டும். நேரமாகிவிட்டாலும் நான் உங்களை வீட்டில் ட்ராப் செய்துவிடுகிறேன்' என்று கூறுவதும் ஒரு பேரம்தான்!

இப்படி நீங்கள் யோசித்துப்பார்த்தால் நமது வாழ்க்கையின் பல பரிமாணங்களில் இந்த பேரம் ஊடுருவியிருப்பதைக் கவனிக்கலாம்.

ஓர் அடுக்குமாடி குடியிருப்பின் அசோசியேஷன் மீட்டிங்.

உறுப்பினர்கள் எல்லோரும் ஏழு எட்டு வருடங்களாக பெயிண்ட் செய்யப்படாத தங்கள் கட்டடத்தை பெயிண்ட் செய்யத் தீர்மானம் போடுகிறார்கள்.

அப்போது கார் பார்க்கிங் ஃபால்ஸ் ஸீலிங்க் பிய்ந்து வருவதைக்கண்டு அதையும் ஒரேயடியாகப் பிய்த்து எடுத்துவிட்டு மேற்கூரையை பெயிண்ட் செய்யத் தீர்மானிக்கிறார்கள்.

பெயிண்டர்களிடம் கொட்டேஷன்கள் வாங்குகிறார்கள், அதில் சிறந்த ஒருவரைத் தேர்ந்து எடுத்து அவரிடம் காண்ட்ராக்டை கொடுக்கிறார்கள்.

பெயிண்டிங் வேலை ஜரூராக நடந்துகொண்டிருக்கிறது. பெயிண்ட் செய்ய ஃபால்ஸ் ஸீலிங்கை பிய்க்கும்போதுதான் தெரிகிறது அதன் உட்கூரை சரியாகப் பூசப்படவே இல்லை என்பது!

இதைப் பூசின பிறகுதான் பெயிண்ட் செய்யமுடியும்.

பூசுவதற்காகும் செலவைக் கணக்கிட்டால் திரட்டிய பணம் கூடுதல் செலவுக்குப் பற்றாது. மீண்டும் உறுப்பினர்களிடமிருந்து திரட்டுவதென்பது மிகக்கடினம்.

அசோசியேஷன் செகரெட்டரி யோசித்தார். கட்டடத்தைக் கட்டிய பில்டர் 8 வருடத்துக்கு முன்பு அபார்ட்மெண்டுகளை வாங்கியவர் களுக்கு ஒப்படைத்து விட்டார் என்றாலும் அவரிடம் நியாயமான கோரிக்கையை வைத்தால் என்ன?

பூசாமல் வெறும் ஃபால்ஸ் ஸீலிங்கை மட்டும் போட்டுக்கொடுத்தது நேர்மையான விஷயம் அல்லவே!

போனை எடுத்தார், அவர்களிடம் தன் கோரிக்கையை வைத்தார்.

ஆரம்பத்தில் அவர்கள் சீறினார்கள். 'இத்தனை வருடங்களுக்குப் பிறகு நீங்கள் இப்படிக் கேட்பது தவறு. ஃபால்ஸ் ஸீலிங் அடித்துக் கொடுத்துவிட்டால் நாங்கள் பூச வேண்டிய அவசியம் இல்லை' அது இது என்று காட்டமாக பதில் கொடுத்தார்கள்.

அந்த செகரெட்டரியும் விடுவதாக இல்லை.

'சட்டம் மட்டும் பேசிப்பயனில்லை. நியாயப்படி நீங்கள் பூசாமல் ஒப்படைத்தது தவறுதான். அதற்கு நீங்கள் பரிகாரம் செய்துதான் ஆகவேண்டும்.'

அவர்கள் இணங்குவதாகத் தெரியவில்லை.

அசோசியேஷனின் பொருளாளர் தனது பங்கிற்கு ஒரு அஸ்திரத்தை ஏவினார்.

'கோபத்தில் எங்களது உறுப்பினர்கள் இதை போட்டோ எடுத்து தங்களது ஃபேஸ் புக் அல்லது ட்விட்டர் அக்கவுண்ட்டில் இட்டு விட்டால் உங்களது மதிப்பு என்னாவது?'

'முழுச்செலவையும் நீங்கள் தரவேண்டாம். அதில் ஒரு பகுதியையாவது நீங்கள் ஏற்றுக்கொள்ளவேண்டும்.'

இறுதியில் அவர்கள் இதற்காகும் சிமெண்ட் மூட்டைகளைத் தர ஒப்புக்கொண்டார்கள்.

இது ஒரு கதை அல்ல. உண்மை சம்பவம்.

நான் கூற வந்தது என்னவென்றால் இத்தகைய பேரப் பேச்சு வார்த்தையாகிய நெகோஷியேஷன் நமது வாழ்க்கையில் தினசரி நடக்கின்றவைதான்.

நாம் கவனிப்போடு இருந்தால் சரியானபடி பேச்சு வார்த்தை நடத்தி எல்லாவற்றையும் சுமுகமாகத் தீர்க்கலாம் என்பதுதான்.

5

பேரங்களில் உளவியல்

பேரப் பேச்சுவார்த்தைகள் சரியான ஒப்பந்தங்களில் முடிய வேண்டுமென்றால் முதலில் நாம் வாடிக்கையாளர்களின் உளவியல், அதாவது மனோதத்துவத்தை அறிந்துகொள்வது அவசியம்.

சரி, வாடிக்கையாளர்களை எவ்வாறு புரிந்து கொள்வது?

அவர்களது சுபாவங்களைக் கொண்டுதான்!

ராமலிங்க வள்ளலார் வாழ்ந்த காலத்தில் ஒரு சித்தர் இருந்தாராம். (அந்தக்காலத்தில் உண்மையான சித்தர்கள் வாழ்ந்திருந்தார்கள், இப்போது சித்தர் என்று கூறிக்கொள்பவர்களைப் பற்றி நான் கூறப்போவதில்லை, அவர்கள் பெரும்பாலும் சித்தர்களில்லை, எத்தர்கள்!)

மேற்குறிப்பிட்ட அந்தச் சித்தர் ஒவ்வொரு மனிதன் அவர் முன் போகும்போதும் 'இதோ, நரி போகின்றது. இதோ நாய் போகின்றது' என்று அவரவர் குணாதிசயத்தை வைத்துக் குறிப்பிடுவாராம்.

ராமலிங்க வள்ளலார் வரும்போது, ' இதோ மனிதன் போகின்றான்' என்றாராம்.

அவர்கள் சித்தர்கள். ஆனால் நாம் பிரிக்கப்போகும் வகைகள் அந்தச் சித்தரைப் போன்று அல்ல.

பின் எப்படி என்று கேட்கிறீர்களா? வாருங்கள் ஒன்றன் பின் ஒன்றாக அவ்வகைகளைக் காணலாம்.

1. புல்டோசர் (Bulldozer)

இத்தகையவரை நீங்கள் மிக அதிகம் பார்த்திருப்பீர்கள்.

பெயருக்கேற்றாற்போல விற்பனையாளரை ஒருகை பார்த்து விடுபவர்!

இவரது நோக்கம் எப்படியாவது விற்பனையாளரைக் கசக்கிப் பிழிந்து அவரிடமிருந்து அதிகச் சலுகைகளைப் பெறவேண்டும் என்பதாகும். மிக அகங்காரப்போக்கும், அதிகாரத் தோரணையும் உடையவர். விற்பனையாளரின் வாதங்களில் எங்கே பலவீனம் உண்டு என்று அறிந்து அங்கே தன் கைவரிசையைக் காட்டுவதில் வல்லவர். இவரது சுபாவம் விற்பனையாளரைக் கதிகலங்க வைக்கும். முகபாவமும் மிகக் கடினமாக இருக்கும். விற்பனையாளரது தன்னம்பிக்கையைத் தகர்க்க இவர் பல விதமான தந்திரங்களைக் கையாள்வார்.

உதாரணமாக, சந்திப்புக்காகக் குறிப்பிட்ட நேரத்தில் வராமல் தான் மிகவும் பிசியாக இருப்பதாகக் காட்டிக்கொண்டு விற்பனையாளரைக் காக்கவைப்பார்.

அப்படி என்னதான் செய்துகொண்டிருக்கிறார் என்று பார்த்தால், அவரது அறைக்குள் ஒரு வேலையுமில்லாமல் பிஸ்கட் சாப்பிட்டுக் கொண்டு காபியும் குடித்துக்கொண்டிருப்பார்.

சிலர் இன்னும் அதிக அழுத்தமுள்ள தந்திரங்களைக்கையாள்வர். அவர்கள் விற்பனையாளர்கள் காத்திருக்கும் அறையில் ஒரு காற்றாடியைக்கூடப் பொருத்தாமல் அவரை வியர்வையில் மூழ்கடித்து அவரது உற்சாகத்தைப் பிசிறடிப்பர்.

அவ்வாறு அதிக நேரம் காக்கவைத்துப் பின் தன் அறைக்குள் அழைத்து, அவருக்குச் சரியான நாற்காலி கூடத் தராமல் சட்டுபுட்டென்று பேச்சுவார்த்தையைத் தொடங்குவர்.

இரு பிரதிநிதிகள் பேச்சுவார்த்தைக்கு வந்தால் ஒருவருக்குமட்டும் நாற்காலிஇருந்தாலும் ஆச்சரியப்படுவதற்கில்லை. அந்த ஒரு நாற்காலியும் மிகப்பழையதாக இருக்கும்.

விற்பனையாளர் எதிரிலேயே அவர் மட்டும் காபி வரவழைத்துக் குடித்துக்கொண்டே பேச்சுவார்த்தையில் இறங்குவார்.

சுருக்கமாகச் சொல்வதானால் Tough nut to crack என்பார்களே, அதுபோல் பாறை மனிதர்!

கையாளும்விதம் :

இவரைக் கையாள மிகுந்த தயாரிப்பு நிலையில் இருக்கவேண்டும். காக்கவேண்டிவந்தால், தகவல் கொண்டுவரும் சிப்பந்தியிடம், 'சரி, நான் அரை மணிநேரம் காத்திருக்கிறேன். அதற்குப் பின் எனக்கு வேறு ஒரு வாடிக்கையாளரிடம் சந்திப்பு இருப்பதால் அதற்குப்பின் நான் புறப்பட நேரிடும்' என்று உறுதியான தொனியில் கூறவேண்டும்.'

இது வாடிக்கையாளரைச் சற்று யோசிக்க வைக்கும்.

மிக மோசமான நாற்காலியாக இருந்தால், மிகப் பணிவுடன் 'உங்களுக்கு இருக்கும் நன்மதிப்புக்கு நாற்காலி இதைவிட நன்றாக இருக்கலாம்' என்று ஒரு போடு போட்டுவிட்டு அர்த்த புஷ்டியுடன் ஒரு புன்னகையை உதிர்க்கலாம்.

அது விற்பனையாளரின் மதிப்பைக் கூட்டுமே தவிர குறைக்காது.

அது சரி, பேச்சு வார்த்தைகளின்போது அவர் பாட்டிற்குச் சரவெடி வெடிப்பது போன்று சலுகை மேல் சலுகையாகக் கேட்டுக் கொண்டிருந்தால் என்ன செய்வது என்கிறீர்களா?

இருக்கவே இருக்கிறது ஒரு ரெடிமேட் பதில்!

'இந்த விஷயத்தில் எங்களால் அதிகச் சலுகை கொடுக்க வழியில்லை. ஆனால் உங்களுக்கு இல்லை என்று சொல்வோமா! எங்களது வேறொரு தயாரிப்பில் நான் சற்று அதிகச் சலுகையைத் தரமுடியும் என்று பேச்சைத் திசை திருப்பிவிடுங்கள்!

வாடிக்கையாளர் அதிக அளவில் நிர்பந்தங்களை வைப்பார் என்று தோன்றினால் 'Offence is the best form of Defence' என்ற சித்தாந்தத்தையும் பக்குவமாகக் கையாளலாம்.

அதாவது அவர் நமது பலவீனத்தைத் தாக்குமுன்பு, அவரது பலவீனத்தை அறிந்து அதைக் கோடிட்டுக்காட்டிச் சலுகைகளைத் தவிர்க்கலாம்.

இன்று மாறி வரும் நவீனச் சந்தைகளில் ஒரு பெரிய ஹைப்பர் மார்க்கெட் தொடங்கும்போது விநியோகஸ்தர்களிடம் ஓப்பனிங் பீஸ் என்று ஒரு பெரிய தொகை ஒன்றை வாய் கூசாமல் கேட்பார்கள்.

பாருங்கள் அவர்களது அடாவடித்தனத்தை. அவர்கள் கடை திறப்பதற்கு விநியோகஸ்தர்கள் காசு கொடுக்கவேண்டுமாம்!

துபாயில் இது போன்ற ஒரு பேரப் பேச்சுவார்த்தையின்போது உலகளாவிய அளவில் பரவியிருக்கும் ஒரு பெரிய ஹைப்பர் மார்க்கெட் தனது புதிய கிளையைத் தொடங்கு முன் அதற்கு ஓப்பனிங் பீஸ் ஆக வாய்க்கு வந்தபடிக் கேட்டு அழுத்தம் கொடுத்தார்கள்.

நானும் அவர்களுக்குச் சளைக்காமல், 'இவ்வளவு பீற்றிக் கொள்கிறீர்களே, உங்களது புதிய ஹைப்பர் மார்க்கெட்டில் எத்தனை கார்களை நிறுத்துமளவிற்கு கார் பார்க் வசதி இருக்கிறது?' என்ற ஒரு கேள்வியைக் கேட்டு அவர்களைச் சற்று மிரண்டு பின்வாங்க வைத்தேன்.

ஏனென்றால், அதற்கு முன்பே நான் அவர்கள் அங்கு சரியான ஏற்பாடுகளைச் செய்யவில்லை என்பதை அறிந்திருந்தேன்.

இதைக் கவனத்தில் வைத்துக்கொள்ளுங்கள், நீங்கள் சரியான ஹோம் ஒர்க் செய்ய வேண்டும். இல்லை என்றால் இது போல் கவுண்டர் கொடுக்க முடியாமல் அவர்கள் கேட்கும் தொகையை கொடுத்துத் தொலைக்கவேண்டி வரும்!

வேறொரு சமயத்தில் இதே போன்ற ஒரு ஓப்பனிங் பீஸ் பேச்சு வார்த்தையின்போது, 'நீங்கள் தொடங்குகின்ற கிளை மிக வருமானமற்ற குடியிருப்பில் உள்ளதே! நாங்கள் எதிர்பார்க்கும் விற்பனை இந்தப் புதிய கிளையில் வரும் எனத் தோன்றவில்லையே!' என்று கூறி அவர்களது கோரிக்கைகளை அதிக அளவில் வைக்காதவாறு 'ஜகா' வாங்கச்செய்தேன்.

இதைத்தவிர வேறோர் வழியும் உண்டு, என்னவென்கிறீர்களா? மிகச்சுலபமான வழிதான்!

கல்தோன்றி மண் தோன்றாக்காலத்துக்கு முன் தோன்றிய வழிதான்!

புகழ்ச்சிக்கு விழாதவர்கள் யார் ஐயா?

ஆமாம், அகங்காரமுள்ளவர்களை வீழ்த்த நாம் உபயோகிக்க வேண்டியது புகழ்ச்சி. அவரது வியாபாரத்தின் நல்ல அம்சங்களை சற்று மிகைப்படுத்திப் புகழ்வது. அவரது வியாபார உத்திகளை மனமுவந்து பாராட்டுவது போன்ற புகழ்மொழிகள் அவரது தற்பெருமைக்குச் சரியான தீனியாகி அவரை மகிழ்விக்கும்.

ஆனால் ஒரு எச்சரிக்கை! புகழச் சொல்லி விட்டாரே என்று அளவுக்கு மீறி ஆளை உசுப்பேற்றி அவர் உங்களது புகழ்ச்சியை

'வஞ்சப்புகழ்ச்சி' யாக எண்ணி விட்டார் என்றால் உங்கள் கதை அத்தோடு முடிந்தது!

அடுத்த மிக முக்கியமான விஷயம், பயமின்றி அவரை எதிர் கொள்வது.

அவர் வகைதொகை இல்லாமல் முன்வைக்கும் கோரிக்கைகளுக்கு ஒரு போதும் பயந்து விடுவது கூடாது. நமது முகபாவத்தில் எவ்வித மாற்றமோ, பயமோ காட்டாமல் கூலாக அதே சமயத்தில் ஆணித்தரமாக பேச்சுவார்த்தை நடத்தவேண்டும்.

ஓகே, புல்டோசரை handle செய்யக் கற்றுக்கொண்டுவிட்டோம். இனி அடுத்த Character ஐ காண்போம்.

2. விஷய ஞானி

பெயருக்கு ஏற்றாற்போல் இவர் ஒரு Walking encyclopedia!

இவரும் முந்தையவரைப் போலவே பேரம் பேசிச் சலுகைகளைக் கூட்டுவதில் வல்லவர். ஆனால் ஒரு வித்தியாசம் என்னவென்றால் இவர் கூடுதல் விஷய ஞானம் உள்ளவர். பத்திரிக்கை மூலமாகவும் இணையதளத்தின் மூலமாகவும் மற்றுமுள்ள ஊடகங்கள் மூலமாகவும் விவரங்களைத் துருவி, அலசி ஆராய்ந்து அவற்றை அக்கு வேறு ஆணி வேறாகப் பிய்த்துப்போட்டு தனது அறிவை வளர்த்துக்கொண்டது மட்டுமன்றி அதைச் சிறிதும் வெட்க மில்லாமல் எல்லோரிடமும் பறை சாற்றிக்கொள்பவர்.

வியாபாரத் தந்திரங்கள், நிறுவனங்களைப் பற்றிய விஷய ஞானம், ஷேர்மார்க்கெட் நிலவரங்கள் எல்லாம் இவருக்கு அத்துப்படி. நாட்டின் பொருளாதார நிலைமை, நாளிதழில் வரும் செய்திகள், அரசியல் விவகாரங்கள், பெரிய புள்ளிகளின் தொடர்பு என்று எல்லா விஷயங்களிலும், துல்லியமாக இருப்பவர்.

அது மட்டும் என்று நினைத்து விடாதீர்கள்!

உங்கள் நிறுவனத்தின் உரிமையாளர்கள், டைரக்டர், உயர்மட்ட அதிகாரிகள் அனைவரைப் பற்றியும் அறிந்திருப்பார். அவர்களுடன் இவருக்குள்ள தொடர்பையும் மிகைப்படுத்திக் கூறி மார் தட்டிக் கொள்வார்

இதைவிட வேடிக்கை என்னவென்றால் உங்களுக்கு உங்கள் பணியை எப்படித் திறம்பட நீங்கள் செய்ய முடியும் என்று உங்களுக்கே சொல்லித்தருவார்!

இவரது பலம் விஷயஞானம். பலவீனம் புகழ்ச்சிக்கு விழுந்து விடுதல்.

இவர் தனது புத்திசாலித்தனத்தைக்கொண்டு உங்களைச் சரியாக பதம் பார்த்துப் பிழிந்து அதிகச் சலுகைகளைப் பெற முயற்சிப்பார்.

இவரை அணுகும் முறை:

இத்தகைய குணாதிசயம் உள்ளவரை எப்படிக் கையாள்வது?

நீங்கள் இவரை அணுகும்போது கூடுதல் தயாரிப்பு நிலையில் இருக்கவேண்டும். அதாவது அவர் எட்டு அடி பாய்ந்தால் நீங்கள் பதினாறு அடி பாய வேண்டும். அவரைக் காட்டிலும் முன்னே சென்று கூடுதல் விவரங்களைச் சேகரிக்க வேண்டும். அவர் என்னவிதமான புள்ளி விவரங்களை அடுக்கி உங்களை மடக்க முயல்வாரோ அதைவிட கூடுதல் புள்ளி விவரங்களையும், அதுமட்டுமில்லாமல் அவற்றின் ஆய்வையும், அவற்றின் முடிவுகளையும் அவரே வியக்கும்படியாக முன் வைக்கவேண்டும்.

இவ்வாறு செய்யும்போது கூடுதல் கவனம் தேவை. நான் முன்பு குறிப்பிட்டது மாதிரி இவர் தன்னைப்பற்றி மிக உயர்வாகச் சிந்தித்துக் கொண்டிருப்பவர். ஆகவே, இவர் கூறுவது தவறு என்று நீங்கள் முகத்தில் அடித்தாற்போல் கூற முற்பட்டால் , இவர் மனம் புண்பட்டு எதிர்மறையாக நடக்கத் தொடங்கி பேரப்பேச்சை கெடுத்துவிடுவார். ஆகவே மிக நுட்பமாக ஒரு கண்ணாடியைக் கையில் வைத்திருப்பது போல இவரைக் கையாளவேண்டும்.

இப்படிப்பட்டவர்கள் தங்கள் மீது அதீதமான நம்பிக்கைகொண்டு (அதைக் கர்வம் என்றே கூறலாம்) தங்களை ஏதோ தனிப்பிறவியாகக் கற்பனை செய்துகொள்வார்கள். எனவே தன்னிடம் ஒப்பந்தப் பேச்சுக்கு வருபவர் தனக்கு சமமானவர்தானா என்று பரிசோதித்துப் பார்ப்பார்கள்.

ஆகவே இவரிடம் செல்லும்போது நாம் இவருக்கு ஒன்றும் சளைத்தவர் இல்லை என்னும் அளவுக்கு நம்மை நன்கு தயார் செய்து கொள்ள வேண்டும். இவர் அவ்வாறு நம்மை ஏற்றுக்கொண்டார் என்றால் நமது பிரச்னை வெகுவாகத் தீர்ந்தது எனக்கொள்ளலாம். இல்லை என்றால் இவர் நம் பக்கம் திரும்பிக்கூடப் பார்க்க மாட்டார். நம் ஒப்பந்தப்பேச்சு வார்த்தை நடப்பதென்பது கனவிலும் நடக்கமுடியாததாகிவிடும்.

நான் ஏற்கெனவே இவரது பலவீனம், இவரது புகழ்ச்சிக்கு மயங்கும் தன்மை என்று கூறியிருந்தேன். எந்த விஷயத்திலும் அப்டேட்டாக

இருக்கும் இவரது அறிவை மெச்சி நாலுவார்த்தை கூறினாலும் மயங்கிவிடுவார். இவர் வைத்துள்ள புள்ளி விவரங்களை மறுக்கு முன்பு அல்லது அதற்கு எதிர்தரப்பாக நீங்கள் காண்பிக்க இருக்கும் வாதங்களை விளக்கு முன்பு, தாராளமாக இவரது புள்ளிவிவர அறிவை மெச்சிப் போற்றுங்கள்.

காசா,பணமா? தாராளமாகப் புகழுரைகளை அள்ளி வீசுங்கள்! இதன் பின் தங்களது அலசல்களை மிக மென்மையாக ஆனால் அழுத்தம் திருத்தமாக வெளியிடுங்கள். அடிக்கடி ‘உங்களுக்கு ஏற்கெனவே தெரிந்தது போல ...’ என்ற சொற்றொடர்களைப் பயன்படுத்துங்கள்.. உங்களது வாடிக்கையாளர்களில் நீங்கள் கண்ட அறிவு ஜீவி இவர்தான் என்று வஞ்சனை இல்லாமல் புகழுங்கள்.

இது பொய் இல்லாத புகழாரமாக இருக்க வேண்டும். இல்லையென்றால் இவர் அதை வெகு எளிதில் கண்டுபிடித்துவிடும் சாமர்த்தியம் உடையவர்.

பல வருடங்களுக்கு முன் நான் ஒரு பெரிய பன்னாட்டு நிறுவனத்தில் பணி செய்துகொண்டிருந்தபோது இத்தகைய விவரம் மிக்க விநியோகஸ்தர்களைக் கையாண்டிருக்கிறேன்.

அவர்களில் இருவர் எங்களது நிறுவனத்தின் மிக உயர்மட்ட அதிகாரிகளை நன்கு அறிந்ததோடு மட்டுமில்லாமல் அவர்களை விருந்துக்கு அழைத்து அவர்களுக்குச் சமமான நிலைமையில் இருந்து வார்த்தையாடும் தகைமை பெற்றவர்கள். நான் இவர்களுடன் வியாபாரப் பேச்சுவார்த்தை நடத்தும்போது மிகக் கவனமாக எனது காய்களை நகர்த்துவேன். விவரங்களைத் துல்லியமாகச் சேகரித்து, பட்டியலிட்டு வாக்குவாதத்தில் எந்தக் குறையும் காணமுடியாதபடி அவற்றை விவாதிப்பேன். எனது விவாதங்களை என் மேலதிகாரி களுக்கு முன்கூட்டியே அறிவித்து அவர்களது பூரண அனுமதியையும், அவற்றை நிலைநிறுத்தும் அதிகாரத்தையும் பெற்றுவிடுவேன். ஆகவே இவர்கள் எனது மேலதிகாரிகளை அணுகினாலும் அவர்கள் அசைந்து கொடுக்காதபடிச் செய்துவிடுவேன்.

நான் இவ்வாறு எடுத்த முடிவுகள் தொடக்கத்தில் அவர்களுக்கு இனிமையாக இல்லாவிட்டாலும் பின் அதன் நல்விளைவு களைக்கண்டு அவர்கள் என்னை மிகவும் மதிக்கத் தொடங்கியதையும் கண்டேன் .

மிக முக்கியமான விஷயம் என்னவென்றால் நீங்கள் இத்தகையவரை உங்களது நல்ல வாதத் திறமையாலும், கூடுதல் விவரங்கள் சேகரிப்பதாலும், ஆராய்ச்சியாலும் வென்று ஒப்பந்தங்களை

முடித்தாலும், உண்மையில் நீங்கள் முன்கூட்டி அறிவித்த, முடிவுகள் குறிப்பிட்ட காலக்கெடுவுக்குள் நிகழவில்லையென்றால் வாடிக்கை யாளருக்கு உங்கள் மேலிருந்த மதிப்பும் மரியாதையும் அதல பாதாளத்துக்கு இறங்கிவிடும்!

ஆகவே இத்தகையவரை வெல்வது மட்டும் முக்கியமல்ல, நாளடைவில் நீங்கள் உத்தேசித்து இருந்த விளைவுகள் நடப்பதற்கு அனைத்து முயற்சிகளையும் நீங்கள் கட்டாயமாக எடுக்கவேண்டும்!

இதுபோன்ற ஒரு குணாதிசயமுள்ள ஒரு விநியோகஸ்தரிடம் அவரது மார்க்கெட் விநியோக அளவு சந்தையின் முழு வாய்ப்புகளையும் கவரக்கூடியதாக இல்லையென்றும், எனவே, அவரது விநியோக அளவைக் கூட்டச்சொல்லி நான் அதற்கேற்ற வாதங்களை வைத்தேன்.

அவர் அதற்கு இணங்காதது மட்டுமல்லாமல் 'இம்மாறுதல் முயற்சி எனது செலவினங்களை மிகவும் கூட்டிவிடும். ஆகவே இதை நான் ஒருகாலும் செய்வதாக இல்லை! நீங்கள் உங்கள் ரீஜனல் மேனேஜர் மட்டுமல்ல, தில்லியில் உள்ள உங்கள் டைரக்டர்வரை சென்றாலும் நான் இதற்கு இணங்கப்போவதில்லை' என்று மேஜையை அடித்துச் சூளுரைத்தார்.

நானும் விடாக்கண்டன் கொடாக்கண்டனாக எனது முயற்சிகளைத் தொடர்ந்தேன்.

எனது மேலதிகாரி நான் செய்திருந்த அந்த பிராஜெக்ட்டுக்கான தெளிவான விவரங்களைக்கண்டு மிக வியந்து தன் முழு ஒத்துழைப்பை எனக்குத் தந்தார்.

அந்த விநியோகஸ்தரிடம் மிகத்தெளிவாக மிக அழுத்தமாக அவர் வாதாடினார். நான் பரிந்துரைத்த வழியைக் காட்டிலும் சிறந்ததாக வேறொன்று இல்லை என்றும் அதை அவர் நடைமுறைப்படுத்தத் தவறினால் எங்கள் நிறுவனம் வேறு விநியோகஸ்தரை நியமிப்பதைத் தவிர வேறு வழி இல்லை என்பதையும் வாழைப்பழத்தில் ஊசி இறக்குவதுபோல விளக்கினார்.

அந்த விநியோகஸ்தர் முதலில் வேண்டா வெறுப்பாகத்தான் நான் சொன்ன 'கவரேஜ் பிளானை' நடைமுறைப்படுத்தினார். ஆனால் மூன்றே மாதங்களுக்குள் நான் முன்னறிவிப்புச் செய்த விளைவுகளைக்கண்டு மிக வியந்து போனார்.

இந்தப் புதிய முயற்சியில் அவரது செலவுகள் கூடினாலும், எனது உத்திகளின் விளைவாக அவர் ஈட்டிய லாபம் பெரியதாகி செலவுக்கு மேல் வரவு பன் மடங்கு கூடியதைக்கண்டு படு குஷி அடைந்தார்.

அதன்பின் என்ன! என் காட்டில் மழைதான்!

நான் தொடங்கிய அனைத்து வியாபார உத்திகளுக்கும், முயற்சிகளுக்கும் அவர் தனது கண்களை மூடிக்கொண்டு ஒப்புதல் அளித்து ஒத்துழைத்தார் என்பதை நான் மிக மகிழ்ச்சியோடு இங்கு சொல்லிக்கொள்கிறேன்.

3. தயக்கசாலிகள்:

இத்தகையவர்கள் அதிகம் பேசுவதற்கே தயங்குபவர்கள். இவர்களைப் பேசவைப்பது என்பது சிலைகளைப் பேசவைப்பதுபோல. அல்லது மகாபலிபுரம் போகும் வழியிலுள்ள வி.ஜி.பி. கோல்டன் ரிசார்ட்டின் வாயிற்காப்போன்களை சிரிக்க வைப்பதுபோல்!

முகத்தில் எவ்வித விளைவுகளையும் காண்பிக்கமாட்டார்கள்.

இவர்களைச் சற்று சிரிக்க வைக்கலாம் என்று நீங்கள் ஜோக் பகிர்ந்தாலும் சரி அல்லது கிச்சு கிச்சு மூட்டினாலும் சரி, அதிகபட்சமாக ஒரு புன்னகைக் கீற்றைக் கண்டாலே நீங்கள் கொடுத்து வைத்தவர்தான் போங்கள்!

நீங்கள் பத்து வார்த்தைகளைக் கையாண்டால் இவர்கள் ஒரு சொல் உதிர்த்தால் உங்களது அதிர்ஷ்டம்.

ஒப்பந்தத்தில் எந்தவித அவசரமோ அக்கறையோ காட்டமாட்டார் கள். அளவற்ற சமயம் அவர்கள் முன் இருப்பதுபோல நாட்களைக் கடத்துவார்கள்.

ஒப்பந்தப் பேச்சுவார்த்தைகளைத் தட்டிக் கழிப்பதே இவர்களுக்கு வாடிக்கை. ஏதோ ஒரு நொண்டிச் சாக்கைச் சொல்லி ஒப்பந்தப் பேச்சுவார்த்தைக்கான சந்திப்பை ஒத்திப் போட்டுக்கொண்டிருப்பார்கள்.

இத்தகையவர்களுக்கு வியாபாரத்தைப் பெருக்குவதில் ஒரு பெரிய லட்சியம் இருப்பதில்லை. இலக்குகளை நிர்ணயிப்பதில் எந்தவித ஆர்வமும் இருப்பதில்லை. ஏதோ வந்தவரைக்கும் போதும் என்கிற நடுத்தர மனப்பான்மை கொண்டவர்கள். ஆனாலும் முக்கியமான பதவிகளில் இருப்பதினால் இவர்கள் தவிர்க்கப்பட முடியாதவர்கள்.

இவர்களை அணுகுமுறை:

என்ன சார் இது, இப்படி ஒரு ரியாக்ஷனும் இல்லாத மரக்கட்டையை எப்படிப் பேசவைத்து... எப்படிப் புரிய வைத்து எப்படி நம் விற்பனையை முடிப்பது என்று ஆயாசப்படுகின்றீர்களா?

கவலைப்படாதீர்கள்! இவர்கள் மனப்பூட்டை திறப்பதற்கும் வழி உண்டு.

முதலில் நாம் இவர்களை அணுகும்போது நமது உற்சாகம் உச்சநிலையிலிருக்குமாறு பார்த்துக்கொள்ள வேண்டும்.

இவர்களை மனம் திறந்து பேச வைப்பது மிக அவசியம். அதற்கு அவர்கள் வாயைத் திறக்கவைக்கும் வினாக்களை (Open Question) உபயோகிக்க வேண்டும்.

அது என்ன ஓப்பன் கொஸ்ட்டின் என்கிறீர்களா?

வேறொன்றுமில்லை, ஏன், ஏப்படி, எவ்வாறு, எங்கே என்கின்ற வகையில் கேள்விக்கணைகளைத் தொடுங்கள். இத்தகைய வினாக்கள் அவர்களை வாய்விட்டுப் பேசவைக்கும்.

இல்லையா, நீங்கள் உங்களைப்பற்றியும் பல துறைகளில் உங்களது ஆர்வத்தைப்பற்றியும் கொஞ்சம் பேச்சுக்கொடுங்கள். அப்போது அவருக்கும் தன்னைப் பற்றிச் சொல்லவேண்டும் என்ற எண்ணம் ஏற்பட்டுத் தன்னை வெளிப்படுத்திக்கொள்ளத்தோன்றும்.

அவ்வாறு அவர்களை நன்கு பேச ஊக்குவித்து அவர்கள் மனதிலுள்ள அச்சத்தையும், ஐயப்பாடுகளையும் கண்டுகொண்டு அவற்றை நீக்குமாறு நமது விளக்கங்களையும், அனுபவங்க்ளையும் கூறி அவர்களை ஒப்பந்தத்துக்கு சம்மதிக்க வைக்கவேண்டும்.

இன்னொரு அதிரடி முறையும் உள்ளது, இதை நான் ஒரு அதிர்ச்சி வைத்தியம் என்பேன்.

ஒரு குறிப்பிட்ட வாடிக்கையாளர் Dead Wood என்று ஆங்கிலத்தில் கூறுவார்களே அதுபோல உளுத்த கட்டையாக இருந்ததைக்கண்டு அவருக்கு ஒரு ஷாக் கொடுத்தேன்.

'உங்களது கடையை மூட வேண்டிய நேரம் வந்துவிட்டது!' என்று முகத்தை சீரியஸாக வைத்துக்கொண்டு வார்த்தைகளை உதிர்த்தேன்!

திடுக்கிட்டு எழுந்தார் அந்தப் பேர்வழி!

உடனே முகத்தில் ஒரு நட்பு இணக்கத்தை வரவழைத்துக்கொண்டு, 'உங்கள் கடைக்கு வெகு சமீபத்தில் ஒரு பெரிய சூப்பர் மார்க்கெட் வர இருக்கிறது. அவர்கள் பசை உள்ளவர்கள். அதிக மூலதனம் செய்து வியாபாரத்தை விரிவாக்கி உங்களை கபளீகரம் செய்துவிட வாய்ப்புகள் அதிகம்!' என்ற ஒரு அதிர்வேட்டைப்போட்டேன்!

நான் அன்று குறிப்பிட்டது அப்பட்டமான உண்மையுமல்ல அப்பட்டமான பொய்யுமல்ல!

நான் முன்னறிவிப்புச் செய்த அந்த சூப்பர் மார்க்கெட் வருவதாகத்தான் இருந்தது. ஆனால் அதன் வளர்ச்சியைப்பற்றித்தான் நான் சற்று மிகையாகப் பேசி அந்தத் தயக்க குணம் படைத்த வாடிக்கையாளரை அவரது தூக்கத்திலிருந்து எழுப்பினேன்.

இந்த ஷாக் ட்ரீட்மெண்ட் வழியை உபயோகிக்கும் முன்பு ஒரு விஷயம், அந்த வாடிக்கையாளர் உங்களுக்குக் கொஞ்சமாவது பழக்கப்பட்டவராக இருக்க வேண்டும். இல்லையென்றால், உங்களுக்குக் கிடைப்பது வெறும் 'கல்தா' தான்!

இன்னொரு வகையான வைத்தியமும் உள்ளது.

இதை வேண்டுமானால் நீங்கள் ஒரு 'Pleasant shock treatment' என்று குறிப்பிடலாம்!

ஆம், இதில் நாம் கொடுக்கப்போவது ஒரு சந்தோஷஅதிர்ச்சி!

'இதோ, உங்களது வியாபாரத்தையும் லாபத்தையும் இரட்டிப்பாக்க எங்களது புதிய ஸ்கீம்!' - இவ்வாறு தொடங்கும்போது வாயைத் திறக்காதவரும் வாய் பிளப்பார்!

அடுத்தபடியாக, எதையும் தள்ளிப்போடும் குணம் படைத்தவர்கள் இவர்கள் என்று முன்பே குறிப்பிட்டிருந்தேனல்லவா? எனவே அவர்களை ஒரு சமய எல்லைக்குள் கொண்டுவரும் யுக்திகளைக் கையாளவேண்டும்.

உதாரணமாக நான் இத்தகையவர்களைக் கையாளும்போது அதிகம் உபயோகப்படுத்தும் வாசகம், 'இப்போது இந்த ஒப்பந்தத்தைத் தவறவிட்டால் உங்களுக்கு ஏற்படும் நட்டம் இவ்வளவு, இதையே இப்போது சம்மதித்தால் உங்களது லாபங்கள் இத்தனை விதமாக இருக்கும்' என்று சரியாகக் கோடிட்டுக் காட்டுவேன்.

இத்தகைய அணுகுமுறை அவர்களது தயக்கத்தினை உடைத்து அவர்களை முன்னோக்கி அடியெடுத்து வைக்கும் நல்ல ஒரு உபாயமாகும்.

தென்னிந்தியாவில் ஒரு புகழ் மிக்க இந்திய நிறுவனத்தின் உணவுப் பொருள் தயாரிப்புப் பிரிவின் மேலாளராக நான் இருந்தபோது குறுகிய காலகெடுவுக்குள் (3 மாதங்களுக்குள்) தென்னிந்தியாவின் முக்கிய நகரங்களில் விநியோகஸ்தர்களை நியமித்து அத் தயாரிப்புகளை விற்பனை வெளியீடு (Launch) செய்ய வேண்டிய இலக்கு எனக்கு

இருந்தது. அப்போது இத்தகைய சந்தேகப் பேர்வழிகள் பலரை நான் கையாண்டிருக்கிறேன்.

அப்போது அவர்களை சம்மதிக்கவைக்க நான் மிகுந்த அக்கறையுடன் எங்களது புதிய தயாரிப்புகளின் சர்வதேசத் தரத்தைப்பற்றி விளக்கினேன்.

குறிப்பிட்ட பிராண்ட்களை (Brand) நிலை நிறுத்த அவற்றின் பின்னே நாங்கள் விளம்பரத்திற்காகவும் வீட்டுக்கு வீடு சாம்பிள் வினியோகம் போன்ற லோக்கல் மார்க்கெட் நடவடிக்கைக்காகவும் நாங்கள் செலவு செய்யப்போகின்ற விவரங்களை ஆதாரத்துடன் காண்பித்தேன்.

அத்தயாரிப்புகளை விநியோகிப்பதில் அவர்களுக்குக் கிடைக்கக் கூடிய லாபங்களை அட்டவணையுடன், நன்கு ஆய்வு செய்யப்பட்ட விவரங்களுடன், நம்பிக்கை தரக்கூடிய வாதங்களுடன் அவர்களுக்குப் புரியவைத்தேன்.

இந்த விநியோகத்தை எடுப்பதினால் அவர்களுக்குக் கிடைக்கப் போகின்ற கண்கூடான மற்றும் பார்வைக்கெட்டாத லாபங்களை விரிவாக எடுத்துக்காட்டி அவர்களை ஒரு தீர்மானத்துக்குக் கொண்டுவந்து எங்களது இலக்கை எட்டச்செய்தேன்.

அத்தோடு மட்டும் நின்றால் போதுமா? ஆறு மாத காலங்களுக்கு அவர்களுக்கு எல்லா ஒத்துழைப்பையும் நல்கி முன்கூட்டி அறிவித்திருந்த விற்பனை இலக்கை எட்டச்செய்து அவர்கள் தொடக்கத்தில் கொண்டிருந்த சந்தேகங்கள், தயக்கங்கள் அனைத்தையும் தவிடு பொடியாக்கினேன்.

4. அரட்டை ஆசாமிகள் :

முன்பு நாம் கண்டவர் வாயையே திறக்காத மரக்கட்டை என்றால், இப்போது நாம் காணப்போகிறவர் வாய் திறந்தால் மூடாத அரட்டைப் பேர்வழி!

இவர்கள் மிக நட்பாக பழகக் கூடியவர்கள். இவர்களது பொழுது போக்கு, கால நேரமில்லாமல் அரட்டை அடித்துக் கொண்டு நேரத்தை வீணடிப்பது.

நாட்டில் நடக்கும் எல்லா நடப்புகளையும் ஊடகங்கள் வாயிலாக அறிந்து வைத்துக்கொண்டு விடுபவர்கள். எல்லோரிடமும் கதை பேசிக் காலத்தைக் கழிப்பவர்கள். இவர்களும் தயக்கசாலிகளைப் போன்று மிகவும் நடுத்தர மனப்பான்மை கொண்டு வியாபாரத்தைப் பெருக்க ஆர்வமில்லாதிருப்பவர்கள்.

எல்லா வசதிகள், முதலீடு, ஆள் அம்பு இருந்தும் இலக்கைச் சரியாக நிர்வகிக்காமல் முறையாகப் பெறவேண்டிய சந்தர்ப்பங்களை வீணடிப்பவர்கள்.

விற்பனையாளர்கள் வந்தவுடன் காபி, டீ போன்ற உபசரிப்புகளைக் கொடுத்து உட்காரவைத்து மணிக்கணக்கில் உரையாடுவதில் இவர்களுக்கு நிகர் யாருமிருக்க முடியாது.

ஆனால் விற்பனையாளர் ஒப்பந்தம் சம்பந்தமாக ஒரு வார்த்தை பேசவிடாமல் அவரை திசை திருப்பி, திணறடித்து அவர்களது நேரத்தையும் சேர்த்து வீணடித்து இன்பம் காண்பார்கள்.

இவர்கள் இவ்வாறு பொழுதைக் கழிப்பதால், தங்களது வியாபார முன்னேற்றத்திற்குப் பெரும்பாலும் தங்களது பணியாளர்களையே பெரிதும் நம்பி பொறுப்புகளை அவர்களிடம் விட்டுவிடுவார்கள் .

இவர்களைக் கையாளும் முறை:

முன்பு கண்ட தயக்கசாலிகளைக் கையாள, அவர்களது வாயைத் திறக்க வைக்க 'open question' கேட்க வேண்டும் என்று கூறியதிலிருந்தே, வாசகர்களாகிய நீங்கள் புத்திசாலியாக இருப்பதால் இப்பொழுது காண்கின்ற அரட்டை ஆசாமிகளின் வாயை மூட வைக்க, அதாவது நாம் கூற வருவதைக் கேட்க வைக்க, அவர்களுக்கு closed questionகளை வைக்க வேண்டும் என்பது கட்டாயம் புரிந்திருக்கும்!

Closed Question என்பது என்ன?

இத்தகைய கேள்விக்கான பதில் ஒன்று ஆம் என்று இருக்கும் அல்லது இல்லை என்று இருக்கும். ஆக இத்தகைய கேள்விகளைக் கேட்கும் போது எதிரில் உள்ளவர் தன் மனம் போனபடி அரட்டை அடிக்க முடியாமல் ஒரு குறிப்பிட்ட திசையில் குவிக்கப்படுகிறார்.

இவ்வாறு மனதில் கேள்விகளை உருவாக்கிக்கொண்டு அவர்களை ஒரு எல்லைக்குள் கொண்டு வரவேண்டும்.

உதாரணத்திற்கு,

நீங்கள் வியாபாரம் செய்வதின் நோக்கம் லாபம் ஈட்டுவதற்காகத் தானே? நீங்கள் சென்றமுறை செய்த கோரிக்கையை நிறைவேற்ற நாங்கள் இப்போது எடுத்திருக்கும் புதிய முயற்சி நீங்கள் இஷ்டப் பட்டது தானே?

இதுவரை நாங்கள் அறிமுகப்படுத்தி இருக்கின்ற தயாரிப்புகள் மக்களின் நன்மதிப்பை பெற்றவைதானே?

நாங்கள் இப்போது அறிமுகப்படுத்தி இருக்கும் இன்செண்டிவ் முறை உங்கள் விற்பனையைப் பன்மடங்கு கூட்டும் அல்லவா?

இதுபோன்ற கேள்விகளைக் கேட்டு அவர்களை ஒருமுகப்படுத்த வேண்டும்.

அடுத்தபடியாக, இவர்கள் பெரிய வம்பர்களாக இருப்பதால் இவர்களை அணுகும்போது மிகவும் தொழில் முறையுடன் நடந்து கொள்ளவேண்டும்.

இவர்கள் மிக மென்மையானவர்கள். ஆதலால் திடுதிப்பென்று அவர்களது பேச்சைத் துண்டித்து மாற்ற முயன்றால் எளிதில் மனம் புண்பட்டு நமது ஒப்பந்தப் பேச்சுக்கு முற்றுபுள்ளி வைத்து விடுவார்கள்.

ஆகவே அவர்கள் கூறும் சங்கதிகளைக் கேட்பதுபோல் தொடங்கி ஒரு சிறிய இடைவெளி கிடைக்கும்போது உடனே பேச்சை ஒப்பந்த விதிகளுக்கு திருப்பவேண்டும்.

இவ்வாறு செய்ய நாம் மீன் பிடிக்கத் தூண்டில் இடுவது போன்று மிக மிக முக்கியமான ஒரு ஒப்பந்தத்தினால் வரும் லாபத்தை பெரிய அளவில் அவர் மனதில் ஒரு நல்ல விளைவை ஏற்படுத்தும் வகையில் கூறி அவருக்கு ஆர்வத்தை உண்டாக்க வேண்டும்.

இவர்களது குணாதிசயங்களைக் குறிப்பிடும்போது இவர்கள் தங்களது பணியாளர்களை மிகவும் நம்பி இருப்பார்கள் என்று குறிப்பிட்டிருந்தேன் அல்லவா?

இதையே ஒரு துருப்பாகப் பயன்படுத்தி, அவர் மிகவும் நம்புகின்ற ஒரு பணியாளரை ஒப்பந்தப் பேச்சுவார்த்தைக்கு அழைக்கவேண்டும்.

அவரை சரியான முறையில் நாம் கையாண்டால் அவரது செல்வாக்கைப் பயன்படுத்தி (பயன்படுத்தி என்றால் ஏதோ தப்பான வழியில் என்று தப்பாக நினைத்துவிடாதீர்கள்! சரியான முறையில் அவருக்குப் புரியும்படியாக விளக்கி ஏற்றுக்கொள்ளச் செய்தால் அவர் மேற்குறிப்பிட்ட தனது முதலாளியான அரட்டை ஆசாமியை சம்மதிக்கவைக்கலாம் அல்லவா?) ஒப்பந்தத்தை முடிக்கவேண்டும்.

நான் துபாயில் உள்ள ஓர் இந்திய வர்த்தக நிறுவனத்தைக் கையாளுகையில் அதில் பணிபுரியும் ஒரு மூத்த அதிகாரியுடன் ஒப்பந்தப் பேச்சுவார்த்தையில் ஈடுபட்டேன்.

அவர் ஒரு பெரிய அரட்டை ஆசாமி. வியாபாரத்தைத் தவிர மற்ற விஷயங்களை விலாவாரியாகப் பேசிக்கொண்டிருந்தார்.

அடுத்தமுறை அவருடன் பேச்சு வார்த்தைக்குச் செல்வதற்குமுன் கொஞ்சம் முன்கூட்டியே ஹோம் ஒர்க் செய்தேன்.

எனக்குக் கிடைத்த தகவல்படி அவரது சகா ஒருவரும் இவருக்குச் சமமான பதவியில் இருப்பதாகவும், முந்தையவரின் நம்பிக்கைக்குப் பாத்திரமானவர் என்றும் அறிந்துகொண்டேன். ஆகவே அடுத்த கட்ட பேச்சுவார்த்தையில் அவரும் இருக்கும்படிப் பார்த்துக்கொண்டேன்.

அவரை நம்பச் செய்வது எனக்கு எளிதாக இருந்தது. வெகுவிரைவில் நாங்கள் ஒரு சுமுகமான முடிவுக்கு வரமுடிந்தது. காரணம் இந்தச் சகா சற்று பொறுப்புள்ளவராகவும் நேரத்தை வீணடிக்காதவராகவும் இருந்ததேயாகும்.

5. மிளகாய்ப் பழம்:

இத்தகையவர்கள் தங்களது சொந்த வாழ்க்கையிலோ அல்லது தொழில் துறையிலோ மிகுந்த வெறுப்படைந்தவர்கள்.

சில சமயம் இவர்களைப் பீடித்திருக்கும் ஆரோக்கியக் குறைபாடுகள் இத்தகைய வெறுப்பான மனநிலையைக் கொடுத்து அவர்களை அலுக்காத போராளிகளாக ஆக்கிவைத்துவிடும்.

ஒப்பந்தத்தின் தொடக்கத்திலேயே இவர்கள் விற்பனையாளரிடம் அமிலத்தை வீசியதுபோல பேசத் தொடங்குவார்கள்.

விற்பனையாளர் எவ்வளவு நன்றாக ஒப்பந்த அம்சங்களை வருணித்தாலும், அவர்களை ஏதோ மிகைப்படுத்திக் கூறி அல்லது பொய்வார்த்தையைப் பேசி தங்களை ஏமாற்ற வந்துவிட்டதாக எள்ளி நகையாடுவர்.

இவர்களைப் பொறுத்தவரை, முப்பது வருடங்களுக்கு முன்பு வேடிக்கையாகக் கூறுவார்களே - விற்பனையாளர் என்பவரின் இலக்கணம் 'கழுத்திலே டை, கையிலே பை, வாயிலே பொய்' என்று, அதையே பிடித்துக்கொண்டு விற்பனையாளர்களை விரட்டுவார்கள்.

எதிர்தரப்பாளர் கூறும் வாதபிரதிவாதங்களை சற்றும் காதுகொடுத்துக் கேட்கும் மனமில்லாமல் தங்களது கூர்மையான வார்த்தைகளினாலே மற்றவரை தகர்த்துத் தளரவைப்பார்கள். ஒப்பந்தங்களின் அனைத்து அம்சங்களும் தனக்குச் சாதகமாகவே அமைய வேண்டும் என்று வறட்டுப் பிடிவாதம் பிடிப்பார்கள். மிகுந்த சுய நலத்தோடு ஒப்பந்தத்தை அணுகுவார்கள்.

ஆனால் இவர்களிடமும் ஒரு மென்மை, ஒரு கனிவு இதயத்தின் ஒரு மூலையில் ஒளிந்துகொண்டிருக்கும் அதனால்தான் இவர் பெயரிலும் கூட ஒரு ' பழம்' இருக்கிறது கவனியுங்கள்!

அணுகுமுறை :

இவர்கள் எத்தனை கூரிய அம்புகளாக கடுஞ் சொற்களை வீசினாலும் உங்களது அமைதியைக் கோட்டை விட்டுவிடாதீர்கள்.

முகத்தில் பயமோ, கலக்கமோ, வருத்தமோ துளியும் காட்டாமல் அவர்கள் கண்களையே உற்றுப்பாருங்கள். இது ஒரு மனோதத்துவமுறை. கண்களை நீங்கள் உற்று நோக்கும்போது அவர்களது வெறுப்பின் வேகமும் வீரியமும் குறைவதைக் காண்பீர்கள்.

அவர்களது வேகமும் ஆத்திரமும் எதிரில் உள்ளவரின் எதிர்வினையைப் பொறுத்துத்தான் கூடும் அல்லது குறையும்.

நீங்கள் ஒரு ரியாக்ஷனும் இல்லாமல் அமைதியாகச் சலனமற்று இருந்தால் அவர்களது கோபம் வெகு விரைவில் ஆவியாகக் காணாமல் போவதைக்காண்பீர்கள்.

('சார், இந்தத் தந்திரம் எங்களுக்கு ஒன்றும் புதிதல்ல. மனைவிமார்கள் உச்சஸ்தாயியில் அர்ச்சனை செய்யும்போது கணவன்மார்கள் உபயோகிக்கும் தந்திரம் தானே இது!' என்று நீங்கள் முணுமுணுப்பது எனக்கும் கேட்கிறது.)

நான் முன்பு குறிப்பிட்டது போல இவர்களின் வெறுப்புக்கும், கோபத்துக்கும் ஒரு பலமான பின்னணி இருக்கும். நாம் சிறிது ஹோம் ஒர்க் செய்தால் அவர்களது 'சுவிட்ச்' எங்கே இருக்கிறது என்பதை எளிதில் கண்டுபிடித்துவிடலாம்.

அந்த 'சுவிட்சை' தட்டிவிட்டால் அவர்களது மனோபாவத்திலும், நடத்தையிலும் பெரியமாற்றத்தைக் காண்பீர்கள்.

மிகவும் உணர்ச்சிவசப்பட்டவர்கள் இவர்கள். ஆகவே வெறும் தர்க்கரீதியான விளக்கங்கள் இவர்களை அசைப்பதில்லை. அந்த உணர்ச்சி வேகத்தை எப்படி திசை திருப்பி அவர்களை வசப்படுத்துவது என்பதில்தான் உங்களது திறன் உள்ளது.

அவர்களிடம் சற்று பச்சாதாபத்தோடு நடந்துகொள்ளுங்கள். உங்களது பொறுமையும், அமைதியும்தான் அவர்களை வசப்படுத்த உங்களிடம் உள்ள ஆயுதங்களாகும்.

ஒருபோதும் அவர்கள் கூறும் ஏச்சுக்களை தனிப்பட்ட தாக்குதல்களாக நினைக்காதீர்கள். நீங்கள் மட்டும் இவர்களை உங்களது பொறுமையாலும், விடாமுயற்சியாலும் வசப்படுத்திவிட்டீர்கள் என்றால் இவர்கள் உங்கள் வாழ்நாள் நண்பர்களாகிவிடுவார்கள். உங்களது ஒப்பந்தம் என்பது மிக நட்பான பேச்சுவார்த்தையாக நடந்து ஜெய - ஜெய பேரத்தில் முடியும்.

இங்கே சில அனுபவங்களை உங்களிடம் பகிர்ந்து கொள்கிறேன்.

முதலாவது, நான் முதன் முதல் விற்பனைத்துறையில் அடி எடுத்து வைத்த சமயம் சில அடிப்படை பயிற்சிகளுக்குப்பின் எனது நிறுவனத்தில் என்னை விற்பனையாளராகத் தமிழ்நாட்டில் சில மாவட்டங்களுக்கு நியமித்தார்கள்.

முதன் முதல் நான் விற்பதற்கு நுழைந்த கடை அது. துரதிர்ஷ்டவச மாக நான் சந்தித்த முதல் வாடிக்கையாளரே ஒரு மிளகாய்ப்பழம்! அவர் ஏதோ காட்டமான 'மூடில்' இருந்தார். என்னைப் பேசவே விடவில்லை.

'எனக்கு இன்று உங்களோடு பேச நேரமில்லை. வெளியே செல்லுங்கள்' என்று உத்தரவிட்டார். என் நிலைமையை நினைத்துப் பாருங்கள். முதல் 'சேல்ஸ் கால்'அனுபவம்!

நான் அதிர்ஷ்டவசமாக அவரது மனோநிலையை உடனே உணர்ந்து கொண்டேன். எனது உள்ளுணர்வு கூறியது 'வார்த்தையாட நல்ல சந்தர்ப்பம் இது அல்ல'. அதே நேரத்தில் தோல்வியோடு தலையைத் தொங்கப் போட்டுக்கொண்டு வெளியேறவும் மனம் சம்மதிக்கவில்லை.

நான் உடனே ஒரு புன்முறுவலோடு, 'நீங்கள் மிகவும் 'பிஸி'யாக இருக்கிறீர்கள். நான் பிறகு மீண்டும் சந்திக்கிறேன்' என்று அமைதியாகக் கூறிவிட்டு வெளியே நடந்தேன்.

எனது உள் மனம் கூறியது. 'இவரிடம் ஏதோ கசப்பான அனுபவம் இருக்கிறது. எனவே இப்படி இருக்கிறார்' என்று.

பின்பு மார்க்கெட்டை முடித்துவிட்டு நான் எனது விநியோகஸ்தரைக் கண்டு இவரைப்பற்றி வினவினேன். அவரது தனிப்பட்ட ஆர்வங்களை, அவர் விருப்பப்படும் துறைகளை அறிந்துகொண்டேன்.

அடுத்த முறை அங்கு சென்றபோது நேரடியாக விற்பனை குறித்துப் பேசாமல் அவர் விரும்பும் துறைகளைப் பற்றிச் சற்றுக் குறிப்பிட்டு எனது ஆர்வத்தை அவற்றில் காட்டினேன். அவரது முகபாவம் பெரிதும் மாறக் கண்டேன். அதுவும் அவரது பெயரை நான் ஞாபகம்

வைத்துக்கொண்டு அழைத்தபோது அவர் முகமலர்ச்சியை எப்படி விவரிப்பேன்!

டேல் கார்னகி (Dale Carnegie) என்ற விற்பனைத் துறை மேதை கூறியது என் நினைவுக்கு வந்தது.

'ஒவ்வொருவருக்கும் எம்மொழியிலும் அவரது பெயரே மிக இனிமையான வார்த்தை!'.

வெகுவிரைவில் அவரது நம்பிக்கைக்குப் பாத்திரமானேன்.

நான் எழுதும் 'ஆர்டர்களில்' கண்ணை மூடிக்கொண்டு கையெழுத்துப் போடும் அளவிற்கு நண்பர்களானோம்.

எனது அடுத்த அனுபவம் ஐக்கிய அரபு நாடுகளில் நிகழ்ந்த ஒன்று. அங்கு 'அல்எய்ன்' என்ற மாவட்டத்திலுள்ள ஒரு பெரிய கோ-ஆபரேடிவ் சொசைட்டியில் கொள்முதல் பிரிவில் இத்தகைய ஒரு பேர்வழி (எகிப்து நாட்டைச்சேர்ந்தவர்) மேலாளராக அமர்ந்தார்.

அவர் யாரையும் சமமாக அண்டவிடுவதில்லை. ஒப்பந்த நேர்காணலுக்கு சம்மதிப்பதில்லை.

ஒரு வழிப் போக்குவரத்துப்போல அவரே தனது இலக்குகளைத் தீர்மானித்துக்கொண்டு சட்டங்களை வகுத்துக்கொண்டு எங்களுக்குத் தரவேண்டிய தொகையிலிருந்து தனது அடாவடிச் சலுகைகளைக் கழித்துக்கொள்வார்.

இமெயில்களுக்கு காட்டமான பதில் கொடுப்பார் அல்லது புறக்கணிப்பார். எவ்வழியிலும் எந்த நிறுவனத்தாலும் கையாளப்பட முடியாத நிலையில் எல்லோரும் கை கழுவி விட்டிருந்தார்கள்.

நான் அவரது பின்னணியை சற்று ஆராய்ந்து அவருக்கு விருப்பப் பட்ட ஒரு லெபனான் நாட்டவர் எங்களுக்கு சப்ளை செய்யும் நிறுவனத்தில் மேலாளராக இருப்பதை அறிந்து, அவரை அந்த 'மிளகாய்ப்பழ' நபருடனான சந்திப்புக்கு உடன் அழைத்துச் சென்றேன்.

சாதாரணமாக நேர்காணலுக்கு சமயம் கொடுக்காதவர் நான் குறிப்பிட்ட அந்த கோ-ஆபரேடிவ் மேலாளர். ஆகவே எந்தவித முன் ஏற்பாடுமின்றி அவரது அலுவலகத்தில் நுழைந்தோம்.

நான் அழைத்துச் சென்ற நபர் மேலாளரின் செகரெட்டரியிடம் 'ஹாய்' என்று கூறிவிட்டு அவருடைய அறையின் கதவைத் தட்டிவிட்டு உள்ளே நுழைந்தார்

இவரைக் கண்டதும் அந்த 'மிளகாய்ப்பழ' பேர்வழி ஒன்றும் பேச முடியாமல் எங்களை உள்ளே அனுமதிக்க வேண்டியதாயிற்று. நாங்கள் கூறிய ஒப்பந்த ஷரத்துக்களை விவாதிக்க வேண்டியதாயிற்று.

முகத்துக்கு முகம் கண்டு பேசும்போது அவரால் அத்தனை காட்டம் காட்ட முடியாமல், ஒரு சரியான பேரத்துக்கு ஒப்புக்கொண்டார்.

இவ்வாறு அவரது 'ஸ்விட்சை' கண்டுபிடித்து அவரை வழிக்குக் கொண்டுவந்தோம்.

எங்களது 'தடாலடி' அணுகுமுறை அவரை சற்று ஆச்சரியப்பட வைத்தாலும், சந்திப்பின்போது நாங்கள் நடந்துகொண்ட விதம் அவருக்கு எங்கள் மீது நன்மதிப்பு உண்டாக்கியது. ஒரு சுமுகமான தீர்வுக்கு வழிகோலியது.

இதைப்போல வேறொரு நிகழ்வும் எனக்கு நினைவுக்கு வருகிறது.

துபாயில் ஒரு பெரிய கோ-ஆபரேட்டிவ் சொசைட்டியுடன் பேச்சு வார்த்தை நடத்த வேண்டியிருந்தது. அதன் டைரக்டர் மிகவும் வெறுப்படைந்த மனோநிலை படைத்த சண்டைக்காரர்.

தொடக்கப் பேச்சு வார்த்தையின்போது எங்கள் எதிரிலேயே தனது கீழ் பணி புரியும் அதிகாரி ஒருவரை, அவர் செய்த சிறு தவறுக்காகக் கடுமையாகக் கண்டித்து 'ஹிமார்' (அரபியில் ஹிமார் என்றால் கழுதை!) என்று திட்டினார்.

இந்தச் சிடுமூஞ்சியைக் கையாள்வது எப்படி என்று மிக ஆழமாகச் சிந்தித்தேன்.

அடுத்த கட்ட பேச்சுவார்த்தைக்குப் போகுமுன் அவர்களது சூப்பர் மார்க்கெட்டின் நிர்வாகத்தைப் பற்றிக் குறிப்பு எடுத்தேன்.

எனது ஆராய்ச்சியில் நான் கண்டுபிடித்தது - அவர்களது காய்கறி செக்ஷனில் நிர்வாகச் சீர்கேட்டின் காரணமாக விலைகள் மற்ற சூப்பர் மார்க்கெட் விலைகளைவிட அதிகமாக இருந்தது.

இதற்குக் காரணம் இந்த மனிதர் இடைத்தரகர்களை வைத்துக் கொண்டு காய்கறிகளை கொள்முதல் செய்துகொண்டிருந்தார்.

தரகர்களுக்கென்ன, கொள்ளை லாபத்தை தாங்கள் எடுத்துக்கொண்டு இந்த கோ-ஆபரேடிவ் சொசைட்டிக்கு சப்ளை செய்து வந்தார்கள். அதற்கு மேல் கோ-ஆபரேடிவ் சொசைட்டி தங்களது லாபத்தைச் சேர்த்து விற்கும்போது விலைகள் மிக அதிகமாகப் போய் விட்டிருந்தன.

மேலும் நுகர்வோர் விரும்பி வாங்கும் வெரைட்டியையும் அவர்கள் கொடுக்கவில்லை. அதனால் நுகர்வோரும் இந்தக் காய்கறிப் பிரிவைக் கண்ணெடுத்துப் பார்க்கவில்லை.

இந்த விஷயங்களை எல்லாம் நான் சர்வே செய்து என் முடிவுகளை எளிமையான முறையில் அவருக்கு வழங்கினேன்.

‘அய்யா, பொதுவாக சூப்பர் மார்க்கெட்டில் உங்களது நுகர்வோர் முதலில் காய்கறிப் பிரிவைத்தான் நோக்குவார்கள். அதில் விலை அதிகம் காணப்பட்டால் உடனே மற்ற செக்ஷன்களிலும் இதே நிலைதான் எனப் பயந்து, உங்கள் சூப்பர் மார்க்கெட்டைத் தவிர்த்து வேறு இடங்களுக்குச் சென்று விடுவார்கள். இப்படி நீங்கள் நுகர்வோர்களை இழந்துகொண்டிருக்கிறீர்கள்’ என்று கூறி எப்படி இடைத் தரகர்களில்லாமல் கொள்முதல் செய்தால் விலைகளைக் கட்டுக்குள் கொண்டுவர முடியும் என்றும் துபாய் போன்ற பற்பல நாட்டவர் வாழும் இடத்தில் காய்கறி, பழங்கள் போன்ற செக்ஷன்களில் வெரைட்டி எவ்வளவு முக்கியம் வாய்ந்தது என்றும் விளக்கினேன்.

அந்தக் கடும் சண்டைக்காரர் போக்கு வெகுவாக மாறிவிட்டது. நாங்கள் உண்மையிலேயே அவரது ‘நலம் விரும்பி’ என்று எங்களை நம்பத்தொடங்கினார். பின்னர் எங்கள் ஒப்பந்தப் பேச்சும் மிகச் சுமுகமாக நடந்தது என்று சொல்லத்தேவையில்லை!

அவ்வருட ஒப்பந்தத்தில் கையெழுத்திட்டோம்.

அதுமட்டுமில்லாமல், அவர் காரியத்திலும் உடனே இறங்கினார்.

இடைத்தரகர்களுக்கு கல்தா கொடுத்துவிட்டு நேரடியாக இறக்குமதி செய்யத் தொடங்கினார்.

அதன் மூலம் விலைகள் சரியத் தொடங்கி அது அவர்களது நுகர்வோர்களின் நன்மதிப்பை பெற்று அந்த கோ-ஆபரேடிவ் சொசைட்டியின் இமேஜையே மாற்றிவிட்டது என்பதையும் கண்கூடாகக்கண்டேன்.

6. ஆக்க பூர்வ சிந்தனையாளர் :

வெகு அபூர்வமாக நம் காணும் வாடிக்கையாளர் இவர். ஒப்பந்தப் பேச்சுக்கு வருபவர்களை நேர்மறை எண்ணத்தோடு வரவேற்பவர்.

விற்பனையாளர்கள் தங்களை ஏமாற்றவே வருகிறார்கள் என நினைக்கும் ‘மிளகாய்ப்பழ’ வாடிக்கையாளர்களுக்கு நேர் எதிரானவர்.

இவர் விற்பனையாளர்களை எப்படி உபயோகித்தால் தங்களுக்கு ஆதாயம் கிடைக்கும் என்ற நல்லெண்ணத்தோடு சிந்திப்பவர்.

விற்பனையாளர்கள் முன்வைக்கும் வாதங்களை அப்படியே எதிர்க்காமல், அவற்றை எப்படி மதிப்பு கூட்டி இருதரப்பினருக்கும் லாபம் பெறும்படிச் செய்வது என்று அறிந்து அவ்வாறு அதற்கு மெருகேற்றுபவர்.

எல்லாம் அறிந்தவரைப் போன்ற விஷய ஞானம் மிகப்பெற்றவர், ஆனால் அவரைப்போன்று அகம்பாவம் பிடித்தவரல்ல. தனது விஷய ஞானத்தை ஆக்கப்பூர்வமான முறையில் உபயோகித்து விற்பனை யாளர்கள் மனதில் ஒரு நல்ல அபிப்பிராயத்தை உண்டாக்குபவர்.

விற்பனையாளர் நல்ல தயாரிப்போடு வாதங்களை வைத்தால் எவ்விதத் தயக்கமுமின்றி மனதார அவற்றைப் பாராட்டுபவர்.

விற்பனையாளரின் புள்ளி விவரங்களிலோ அல்லது வேறு வாதங்களிலோ தவறு இருக்குமானால், அதை மிக லாகவமாக மற்றவர் மனம் புண்படாதபடி எடுத்துச் சொல்லி அதற்குத் தக்க தீர்வும் கொடுப்பார்கள்.

இவர்களோடு ஒப்பந்தம் நடத்துவது என்பது அல்வா சாப்பிடுவதைப் போல.

அணுகுமுறை :

இத்தகைய ஆக்கபூர்வச் சிந்தனையாளர்களை நாம் அணுகும்போது அவர்கள் கூறுவதை இடைமறிக்காமல் செவிமடுக்கவேண்டும்.

ஏனென்றால் அவ்வாறு செய்யாவிட்டால் நமக்கு அவர் தரவிருக்கும் நல் ஒத்துழைப்பை நாம் இழக்க நேரிடும்!

அறிவுபூர்வமாக சிந்திப்பவர் என்று கூறினேன். ஆகவே அவரை அதிகம் பேசவைக்க நாம் நல்ல வினாக்களைத் தொடுக்கவேண்டும். அவர் கூறுகின்ற கருத்துக்களை நமது டைரியில் குறிப்பெடுத்துக் கொள்ளவேண்டும்.

இச்செயல் உண்மையிலேயே அவரது கருத்துக்களில் நாட்டம் கொண்டிருக்கிறோம் என்ற எண்ணத்தை அவரிடம் உருவாக்கி, அவர் முழு ஒத்துழைப்பையும் நமக்களிக்க ஏதுவாகும்.

மிக முக்கியமான விஷயம் இவரைக் காணச் செல்லும்போது முழு தயாரிப்பு நிலையில் இருக்கவேண்டும். அப்போதுதான் நம் மீது

உள்ள நம்பிக்கை அவருக்கு அதிகமாகி நமக்குப் பயன் தரும் விளைவுகளை அவர் நமக்குத் தர முடியும்.

இவரது தாராள மனதை ஒருபோதும் தவறாக உபயோகித்து விடக்கூடாது.

அதாவது நம் மேல், நமது வாதங்களின் மேல் முழு நம்பிக்கை வைத்து அவர் ஒரு ஒப்பந்தத்துக்கு வந்தார் என்றால், அதை எப்படியாவது நல்லமுறையில் நடத்திக் காண்பித்து அவரது எதிர்கால ஒத்துழைப்பையும் பெற முயல வேண்டும்.

நான் இவரை ஒரு 'பொன் முட்டை இடும் வாத்து' என்றுதான் வர்ணிப்பேன்.

பொறுமையாக நடந்துகொண்டால் பொன் முட்டைகள் கிடைத்துக் கொண்டேஇருக்கும். தப்பித் தவறி அதிக முட்டைகளுக்கு ஆசைப்பட்டு அதன் வயிற்றைக் கீறினால் நட்டம் நமக்குத்தான் அதிகம்.

நான் தமிழ்நாட்டில் உலகப் புகழ்பெற்ற ஆரோக்ய பானம் 'ஹார்லிக்ஸ்' விற்கும் பன்னாட்டு நிறுவனத்தில் பணி புரிந்தபோது இத்தகைய ஆக்கபூர்வச் சிந்தனையாளரை எனது விநியோகஸ்தராகப் பெற்றேன்.

பொள்ளாச்சியில் விநியோகம் செய்துகொண்டிருந்த அவர் மிக ஆர்வம்கொண்டவராக இருந்தார். அப்போது நாங்கள் எங்களது விற்பனையைக் கூட்டும் முகமாக ஒரு டிஸ்பிளே போட்டி வைத்தோம்.

அதாவது கடைக்காரர்கள் எங்களது தயாரிப்பை எவ்வளவு அதிகமாகத் தங்களது கடைகளில் பரப்பிவைக்கிறார்களோ, எவ்வளவு அதிகம் நாங்கள் கொடுக்கும் விளம்பரப் பொருள்களை நுகர்வோர் கவரும் வண்ணம் புதுமையாக உபயோகிக்கிறார்களோ அந்த அளவுக்கு அவர்களுக்கு மார்க் வழங்கப்பட்டு, அதிக மார்க் பெற்றவர்களுக்குப் பரிசுகள் வழங்கப்பட இருந்தது.

இத்தகைய ஒரு உத்தியை அமல்படுத்துவது பற்றிய ஒப்பந்தப் பேச்சுவார்த்தைக்கு நான் சென்றபோது எனது விநியோகஸ்தர் எங்களது செயல்முறையைப் பாராட்டி அதற்கு தனது பக்கத்திலிருந்து மேலும் வண்ணம் சேர்த்தார்.

அதாவது தனது பணியாளர்கள் சிலரை இதை மேற்பார்வை செய்வதற்கென்றே அமர்த்தினார்.

அக்குழு குறிப்பிட்ட காலகெடுவுக்குள் பலமுறை டிஸ்பிளே செய்யும் கடைகளுக்குச் சென்று தங்களது கருத்துக்களையும், மற்ற கடைகளில் தாங்கள் கண்ட விநோதங்களை எடுத்துக் கூறி கடைக்காரர்களிடம் மிகுந்த உற்சாகத்தை உண்டாக்கினர்.

தொடர்ந்து இரண்டு வாரங்களுக்குள் பொள்ளாச்சி சந்தை முழுவதும் மிகுந்த பரபரப்பாகியது. ஊர் முழுவதும் எங்களது டிஸ்பிளே போட்டியைப் பற்றியே பேச்சாயிருந்தது.

விளைவு, ஒவ்வொரு கடைக்காரரும் விதவிதமான முறைகளில் எங்களது தயாரிப்பை டிஸ்ப்ளே செய்திருந்தனர்.

ஒருவர் புதிய தேர்போல ஒன்றை உருவாக்கி அதில் எங்களது தயாரிப்புகளை அடுக்கி வைத்திருந்தார் .

ஒருவர் ஒரு டிவி போன்ற சாதனத்தை உருவாக்கி அதில் எங்களது விளம்பர சாதனங்கள் குறிப்பிட்ட இடைவெளிகளில் வருமாறு செய்திருந்தார்.

இப்படி கடைக்கு கடை எங்களது தயாரிப்புகள் மிக நேர்த்தியான முறையில் அடுக்கப்பட்டு காண்போர் கண்களைக் கவர்ந்தன.

ஒவ்வொரு கடையும் ஏதோ ஒரு ஹார்லிக்ஸ் ஷோ ரூம்போல இருந்தது என்றால் பார்த்துக்கொள்ளுங்களேன்!

அதுமட்டுமல்ல, இவைகளைத் தேர்வு செய்து முதல், இரண்டாம், மூன்றாம் பரிசுகள் மற்றும் பல ஆறுதல் பரிசுகளை வெளியிட ஒரு பெரிய மண்டபத்தைத் தேர்ந்தெடுத்து அவர்கள் எல்லோரையும் நல்ல முறையில் அழைத்து, எங்களது மேலதிகாரிகள் முன்னிலையில் பரிசுகளை வழங்கினார்.

வந்த கடைக்காரர்கள் அனைவருக்கும் சிற்றுண்டி வழங்கி, தமது தரப்பிலிருந்து ஒரு சிறிய அன்பளிப்பையும் கொடுத்து பொள்ளாச்சி மார்க்கெட்டையே அதிரடித்தார் அந்த ஆக்கபூர்வச் சிந்தனையாளர்!

அடுத்த நாள் நியூஸ் பேப்பரை பார்க்கிறேன், நாங்கள் பரிசளிப்பு விழாவில் கலந்துகொண்டிருந்தபோது எடுக்கப்பட்ட புகைப்படம் முதல் பக்கத்தில் வெளியாகி இருந்தது.

அதற்கும் அந்த ஆக்கபூர்வச் சிந்தனையாளர்தான் காரணம். அந்த விநியோகஸ்தர் தன் ஆக்க பூர்வமான செயல்பாடுகளுக்கு எல்லாம் மகுடம் வைத்தாற்போல் தனக்குத் தெரிந்த பத்திரிக்கையாளர் களையும் பரிசளிப்பு விழாவிற்கு அழைத்து மேற்படி விழா முதல்

பக்கத்தில் மாலை மலர் போன்ற பத்திரிக்கைகளில் வரும்படி செய்திருந்தார்!

அவருக்கும் இதனால் லாபமுண்டு. விற்பனை பலமடங்கு கூடி பெருத்த ஆதாயம் அடைந்தார். அவரது இமேஜூம் பொள்ளாச்சி சந்தையில் பிரமாண்டமாகக் கூடியது.

இதேபோன்று வேறொரு சம்பவத்தையும் இங்கே குறிப்பிட விரும்புகின்றேன்.

நான் ஐக்கிய அரபுநாடுகளில் விற்பனைத்துறை மேலாளராக இருந்த போது சூப்பர் மார்க்கெட்டுகளில் பகுப்பு நிர்வாகம் (category management) என்ற ஒரு பரிசோதனையை மேற்கொள்ளத் தீர்மானித்தோம்.

பகுப்பு மேலாண்மை என்பது சூப்பர் மார்க்கெட்டுகளில் விற்கப்படுகின்ற பொருள்களை அதனதன் தன்மைக்கு ஏற்றவாறு பகுத்து அவற்றை அப்பகுப்புகளின்படி தட்டுகளில் அடுக்கி வைப்பது.

இம்முறையில் தயாரிப்புப் பொருள்கள் பகுக்கப்பட்டு டிஸ்ப்ளே செய்யப்பட்டால் அது நுகர்வோர்களுக்கு தாம் விரும்பும் பொருள்களை வாங்க அதிக நேரம் அங்கும் இங்கும் ஓடித் தேடாமல் உடனே சென்று எடுத்துக் கொள்ள ஏதுவாக இருக்கும்.

உதாரணத்திற்கு பிஸ்கெட் செக்ஷனை எடுத்துக்கொண்டால் எந்தவொரு பிஸ்கெட்டும் அதன் தன்மைக்கு ஏற்றவாறுதான் அடுக்கப்படும். ‘குளுக்கோஸ்’ ஒரு பக்கம், ‘டைஜெஸ்டிவ்’ பிஸ்கட்கள் ஒருபக்கம், ‘உப்பு’ பிஸ்கட்கள் ஒரு பக்கம் என்று ஒவ்வொரு பகுப்பும் அதன் தலைப்பில் பெயரிடப்பட்டிருக்கும்.

நுகர்வோர் தனக்கு ஒரு டைஜெஸ்டிவ் பிஸ்கட் வாங்க வேண்டுமென்றால் நேரே அலமாரியில் டைஜெஸ்டிவ் என்று தலைப்பிட்டுள்ள பகுதிக்குச் சென்றால் அங்கே காணப்படும் பிராண்டுகளில் தனக்குப் பிடித்த பிராண்ட் டைஜெஸ்டிவ் பிஸ்கட்டை எடுத்துக்கொள்ளலாம்.

இத்தகைய பகுப்பு நிர்வாகத்தை நாங்கள் ஷார்ஜாவில் உள்ள பெரிய கோ-ஆபரேட்டிவ் நிறுவனத்தில் நடைமுறைப்படுத்தத் தீர்மானித்தோம், நாங்கள் செய்ய இருந்தது பாலாடைக்கட்டி (Cheese) செக்ஷனின் பகுப்பு நிர்வாகம்.

அந்தக் கோ-ஆபரேட்டிவ் ஸ்டோரின் மேலாளர் ஒரு பாலஸ்தீனியர். எதையும் திறந்த மனதோடு நோக்குபவர். ஆக்க பூர்வ சிந்தனையாளர்.

நான் முன்பே குறிப்பிட்டபடி எங்களது புள்ளி விவரங்களை முழுமையாகச் சேகரித்தோம். அதாவது ஒரு சூப்பர் மார்க்கெட் என்று

எடுத்துக்கொண்டால் அதில் எத்தனை விழுக்காடு பாலாடைக் கட்டி வியாபாரத்தில் வருகிறது. அதில் எத்தனை பிராண்டுகள் எந்தெந்த விகிதத்தில் மார்க்கெட் ஷேர் பெற்றுள்ளது. ஆகவே, பாலாடைக் கட்டிப் பகுதிக்கு அதன் வியாபாரத் தன்மையை வைத்து எத்தனை சதவிகிதம் ஷெல்ப்கள் ஒதுக்கப்படவேண்டும். மேலும் அவற்றினுள் எந்தெந்த பிராண்டுகளுக்கு எத்தனை சதவிகிதம் பங்களிக்கப்பட வேண்டும் என்று பட்டியல் தயாரித்தோம்.

எங்கள் புள்ளி விவரங்களை மத்திய கிழக்கு நாடுகளில் பரவலாக நம்பப்படுகின்ற MEMRB (Middle East market Research Bureau) தருகின்ற புள்ளி விவரங்களிலிருந்து எடுத்துக்கொண்டோம்.

இவ்விவரங்களுடன் ஷார்ஜா கோ-ஆபரேட்டிவ் மேலாளரைச் சந்தித்து அவருக்கு இதன் விவரங்களை எடுத்துச் சொன்னோம்.

அவர் ஆக்கபூர்வ சிந்தனையாளராக இருந்ததால் தனது சூப்பர் மார்க்கெட்டுகளின் புள்ளி விவரங்களை எங்களுக்குத் தயங்காமல் தந்தார்.

இவ்விரண்டையும் ஒப்பிட்டு நாங்கள் அவருக்கு அடுத்த சந்திப்பில் அவர்களது 'Cheese' பிரிவு எப்படி பகுக்கப்பட்டால் அது அவரது நுகர்வோருக்கு பயனுள்ளதாக இருக்கும் என்றும் அவரது வியாபாரம் எப்படிப் பெருகும் என்றும் விளக்கினோம்.

இம்முறை செய்யப்பட்ட பகுப்பால் எங்களது சீஸ் பிராண்டுகளுக்கு அதன் மார்க்கெட்டுக்கு ஏற்ப அதிக இடம் கிடைத்தது. நாங்கள் கொடுத்த விளம்பரப் பொருள்களையும் தாராளமாக சூப்பர் மார்க்கெட்டில் பயன்படுத்தவும் அனுமதித்தார்.

எங்களது டிஸ்ப்ளே கூடியது. அதிக விளம்பரமும் கிட்டியது. இரு தரப்பினருக்கும் அதிக லாபம் கிடைத்தது.

இதன் காரணமாக அவர்களுக்குக் கிடைத்த கூடுதல் வருமானத்தை மூன்று மாதங்களுக்குப் பிறகும் பின் ஆறுமாதங்களுக்குப் பின்பும் பட்டியலிட்டுக் காண்பித்து அவர்களது நன்மதிப்பை பெற்றது மட்டுமல்லாமல் அதற்குப் பின்னாலும் நாங்கள் கொண்டு வந்த புதிய உத்திகளையும் முதன் முதலாக அவர்களிடமே புகுத்தி அவர்களை ஒரு ஜெய ஜெய பங்குதாரர்களாக ஆக்கினோம்!

இத்தோடு நிறுத்தாமல் இந்தப் பரிசோதனையையே ஒரு முன் உதாரணமாகக் கொண்டு இங்கு நடத்திய ஷெல்ஃப் மானேஜ்மெண்டை புகைப்படம் எடுத்து, மற்றைய சூப்பர் மார்க்கெட்டுகளுக்குக் காண்பித்து இத்தகைய பகுப்பு நிர்வாகத்தினால் ஏற்பட்ட கூடுதல் விற்பனையையும் லாபங்களையும் பட்டியல் இட்டுக் காண்பித்து எல்லா இடங்களிலும் இதை அமல் செய்யவும் முடிந்தது.

நண்பர்களே, இதுவரை நாம் பலவகை குணாதிசயங்கள் கொண்ட வாடிக்கையாளர்களை எப்படி கையாள்வது என்பதைக் கண்டோம்.

இப்போது நான் உங்களை விற்பனை என்ற வட்டத்திலிருந்து சற்றே வெளியே அழைக்கிறேன்.

நாம் தினம்தோறும் பல்வேறு மனிதர்களோடு தொடர்பு கொள்கிறோம் இல்லையா? நமது பெற்றோர்களுடன், சகோதர, சகோதரிகளுடன், மனைவி மக்களுடன், நண்பர்களுடன், அலுவலகத்தில், சமுதாயத்தில் என்று எத்தனையோ பேர்களுடன் தொடர்பு கொள்கிறோம்.

அவர்களுடைய கேரக்டர்களும் இப்போது நான் வாடிக்கையாளர்கள் என்று வகை பிரித்துக் காண்பித்த கேரக்டர்களுடன் பொருந்தி அமைய வாய்ப்பிருக்கிறது இல்லையா? அப்படியானால் அவர்களுடன் நாம் உரையாடும்போதும் குறிப்பிட்ட குணாதிசயங்களை மனத்தில் கொண்டு அதற்குத் தகுந்த முறையில் அவர்களைப் பக்குவமாக நடத்தினால் எப்படி இருக்கும்?

வீண் கோபமோ எரிச்சலோ வராது. எவரையும் லாகவமாக அனுசரித்துப்போகும் நிலை வந்துவிட்டால் உங்கள் சொந்த வாழ்க்கையிலும் ஒரு பெருத்த மாற்றத்தை நீங்கள் காண்பீர்கள். உங்களது உறவு முறைகளில் திருத்தம் கொடுத்துக்கொள்வீர்கள். உங்களது அணுகுமுறையில் ஒரு முதிர்ச்சி, ஒரு பக்குவம் தோன்றும். அதன் காரணமாக இணக்கம் அதிகரிக்கும். உங்களது புரிதலும், கவனமும் கூர்தீட்டப்பட்டு மெருகேறும். ஆகவே நான் இதுவரை சுட்டிக்காட்டிய வழிமுறைகளை உங்களது சொந்த வாழ்க்கையிலும் தாராளமாகப் பின்பற்றுங்கள். வாழ்க்கையில் வளம் சேருங்கள்!

ஆனால் ஒன்றை நினைவில் கொள்ளுங்கள்.

இதில் ஒவ்வொருவரும் ஒவ்வொரு வகையில் ஒரு தனி வட்டத்தில் அடைக்கப்படுகின்ற மாதிரி இருப்பார்கள் என்று மட்டும் நினைத்து விடாதீர்கள். இரண்டு, ஏன் மூன்று வகையான கேரக்டர்கள் ஒரே ஆளிடம் காண்பதும் உண்டு - 'அன்னியன்' படத்தில் வரும் விக்ரம் மாதிரி!

எந்தப்பண்பு மேலோங்கி இருக்கிறதோ அதற்கேற்ப உங்களது வியூகத்தை அமைத்துக்கொள்ளுங்கள்! அனைவரின் நன்மதிப்பை வெல்லுங்கள்!

என் மனமார்ந்த வாழ்த்துக்கள்!

6

வாடிக்கையாளர் ஜாதகமும், விற்பனை உத்திகளும்...

தலைப்பைப்பார்த்தவுடன் என்ன ஆயிற்று இவருக்கு, ஜாதகம் ஜோசியம் என்று ‘டாபிக்’கை மாற்றுகிறாரே என்று திகைக்காதீர்கள்!

நான் ஜாதகம் என்று குறிப்பிட்டது உங்கள் கஸ்டமர் பற்றிய விவரக்குறிப்புகள்.

எப்படி ஒரு ஜாதகத்தை வைத்துக்கொண்டு ஜோசியர் அந்த ஜாதகனின் க்ரஹ சஞ்சாரங்களை நோக்கி அவரின் வாழ்க்கை பாதையைக் கோடிட்டுக்காட்டுகிறாரோ அதைப்போலவே நாமும் ஒரு வாடிக்கையாளரின் Background information அனைத்தையும் வைத்துக்கொண்டு அவரது வியாபாரப் பாதையை நிர்ணயிக்க முடியும்.

அதாவது அவர் தன்னுடைய முதலீடுகளையும், ஆள் அம்புகளையும், மற்றுமுள்ள பலங்களையும், திறமைகளையும் வைத்துக் கொண்டு எந்த அளவுக்கு நமது வியாபாரத்தைப் பெருக்கலாம் என்பதைக் கணக்கிடலாம்.

ஒருவரின் ஜாதகத்தை வைத்துக்கொண்டு ஜோதிடர் அவருடைய வாழ்க்கையில் ஏற்பட்டுள்ள தடைகளை நீக்க பரிகாரம்

சொல்வதுபோல, நாமும் நமது வாடிக்கையாளர் வியாபாரப் பாதையில் அவர் நேர்கொள்ள வேண்டிய தடைகளையும் கண்டு அதை நீக்குவதற்கும் அவரது வியாபாரத்தைப் பெருக்குவதற்கும் பரிகாரங்களை அதாவது வழிமுறைகளைக் கோடிட்டுக் காட்டலாம்.

இப்போது புரிகிறதா நான் ஏன் கஸ்டமரின் புள்ளி விவரங்களை ஜாதகத்தோடு ஒப்பிட்டேன் என்று?

முதலில் கஸ்டமரின் பெயர், அவரது நிறுவனத்தின் பெயர், அவரது முகவரி, டெலிபோன்,செல் நபர்கள் போன்ற அடிப்படை விவரங்களைக் குறித்துக்கொள்ளுங்கள்.

பின்னர், நான் இதற்கு முன் அத்தியாயத்தில் வாடிக்கையாளரின் குண நலன்களை வைத்து அவர்களை ரகம் பிரித்துக் காண்பித்தேன் அல்லவா? அந்த ரகங்களில் குறிப்பிட்ட வாடிக்கையாளர் எந்த ரகம் என்பதை ஆலோசித்து முடிவு செய்து அதையும் குறிப்பில் ஏற்றுங்கள்.

பின் மூன்றாவதாக அவருடைய முதலீடு - இப்போதையது, பின்னர் வேண்டிவந்தால் அவரால் கொண்டுவரக்கூடியது.

நான்காவது, அவருடைய உள்கட்டமைப்பு (infra structure) அதாவது அவரிடம் உள்ள ஊழியர்கள் எத்தனை பேர், கிடங்கு வசதிகள், ஊர்திகள் இவை.

பின்னர் நான்கு முக்கியமான விஷயங்கள் நான் பட்டியலிடச் சொல்வது.

ஒன்று அவர் ஆர்வம் காட்டும் விஷயங்கள்

அடுத்து அவருக்குச் சற்றும் பிடிக்காத விஷயங்கள், அவருக்கு டென்ஷன் உண்டாக்கும் விஷயங்கள்.

மூன்றாவது டென்ஷன் சமயங்களில் அவரை சாந்தப்படுத்தும் அதாவது கூல் செய்யும் விஷயங்கள்.

நான்காவது அவர் கடைப்பிடிக்கும் கோட்பாடுகள், குடும்பச் சூழ்நிலை, குடும்பத்தில் அவர் கடைப்பிடிக்கும் பண்புகள் என்பவை.

ஏன் இவ்வளவு தூரம் போகச் சொல்கிறேன் என்று வியக்காதீர்கள். இவற்றில் ஏதோ ஒரு பட்டனை நீங்கள் தவறாக உபயோகித்தாலும் சரி, உங்களுக்கு ஷாக் அடிப்பது நிச்சயம்!

வாடிக்கையாளர் பின்னணியும் திட்டங்களும்

வாடிக்கையாளரின் நிறுவனத்தின் பெயர்

வாடிக்கையாளர் பெயர்

தொடர்பு விவரங்கள்

முகவரி

தொலைபேசி எண்

லாண்ட் லைன்

மொபைல்

இமெயில்

முதலீடு

தற்போதையது

அடுத்த 5 வருடங்களில் வேண்டிவருவது

அடிப்படை வசதிகள்

குடோன் வசதி (Square Feet)

விற்பனை ஆட்கள்

நிர்வாகப் பணியாட்கள்

ஊர்திகள்

கஸ்டமர் கேரக்டர்

சொந்த விவரங்கள்

வயது

குடும்ப அங்கத்தினர்கள்

கடைப்பிடிக்கும் கோட்பாடுகள்

மிகவும் பிடித்த விஷயங்கள்

வெறுக்கும் விஷயங்கள்

விற்பனை தளவாடங்கள்

நமது தயாரிப்புகளை வாங்கும் சக்தி

நமது தயாரிப்புகளுக்கு உள்ள வாய்ப்பு வளம்

நமது ஆதரவு

வாடிக்கையாளர் நமக்குத் தரவுள்ள பக்க பலம்

மேற்குறிப்பிட்ட தகவல்களை வைத்து உண்டாக்கும் விற்பனை உத்திகள்

இப்படி ஒவ்வொருவருக்கும் ஒரு தனி கஸ்டமர் சார்ட்டை உருவாக்குங்கள்.

இதில் நான் குறிப்பிட்ட விஷயங்களைத்தவிர நீங்கள் மேலும் சில விவரங்களை இணைக்க விரும்பினால் தாராளமாக அவற்றையும் பட்டியலிடுங்கள்.

அவற்றை வைத்துக்கொண்டு உங்களுடைய ஒவ்வொரு வாடிக்கை யாளருக்கும் அவருடைய சூழலுக்கேற்ப விற்பனை உத்திகளைத் தனித்தனியாக உருவாக்குங்கள்.

ஒருவருடைய சட்டை வேறொருவருக்குப் பொருந்துவதில்லை அல்லவா? அப்படியிருக்க, எப்படி ஒரே உத்தி உங்கள் எல்லா வாடிக்கையாளருக்கும் பொருந்தும் என்று எதிர்பார்க்கிறீர்கள்?

இவ்வாறு திட்டமிடும்போது தொடக்கத்தில் உங்களுக்கு அதிக நேரம் செலவழியும் என்பது நிச்சயம். ஆனால் காலம் செல்லச் செல்ல இது ஒரு குழந்தைகள் விளையாட்டுபோல் ஒரு இஷ்டப்பட்ட விளையாட்டாகிவிடும்.

அதாவது எளிதாக ஆவது மட்டுமல்லாமல் இன்பமான விளையாட்டாகவும் மாறிவிடும் என்பதை நான் உறுதியாகக் கூறுவேன்!

7

வண்டிக்கு முன் குதிரையா? குதிரைக்கு முன் வண்டியா?

தவறான விஷயத்துக்கு முக்கியத்துவம் கொடுப்பதைக் கண்டிக்கும் வகையில் ஆங்கிலத்தில் ஒரு சொற்றொடர் உண்டு, `Like putting the cart before the Horse'.

இதைத்தான் நான் விற்பனையாளருக்குச் சொல்வது, ஒரு வாடிக்கையாளரை நேர்காணும் போது சுயநலத்தோடு மட்டும் அணுகாதீர்கள்.

உங்களது இலக்கை எய்தினால் மட்டும் போதும். உங்களது லாபம், உங்களது முன்னேற்றம் என்று உங்கள் பக்கம் மட்டும் சிந்தித்துக் கொண்டு வாடிக்கையாளர்களைக் கையாளாதீர் கள்! அவர்களது பக்கத்தையும் மனதில் கொள்ளுங்கள்.

நமது ஒப்பந்தத்தால் வாடிக்கையாளர்களுக்குக் கிடைக்கும் நன்மைகள் யாவை? அவர்களுக்கு அதனுள் கூடுதல் வியாபாரம் கிடைக்க வழி உண்டா? கூடுதல் லாபம் எத்தனை கிடைக்கும்? அவை வெறும் குறுகிய கால நன்மைகளா அல்லது நீண்ட காலத்துக்கு கிடைக்கும்

பயன்களா? நீங்கள் விளக்க இருக்கும் பயன்கள், கொடுக்க இருக்கும் உத்திரவாதங்கள் யாவும் அவர்களது ஆர்வத்தைத் தூண்டுமா? உங்களால் நீங்கள் உறுதி அளித்த வாக்குறுதிகளை முழுமையாக நிறைவேற்ற முடியுமா என்றெல்லாம் தீவிரமாகச் சிந்தியுங்கள்.

நான் முன்பே குறிப்பிட்டதுபோல தங்க முட்டையிடும் வாத்தின் வயிற்றைக் கிழித்துப்பார்க்கும் முட்டாள் தனத்தை ஒருபோதும் செய்துவிடாதீர்கள்.

நாம் ஒரு நேர்காணலுக்குப் போகும்போது நமது எண்ண அலைகள் நாம் காண்கின்ற வாடிக்கையாளர்களை எட்டி விடும். சுயநல மிக்க எண்ண ஓட்டங்கள் முகத்தில் தெரிந்துவிடும். மற்றவரின் மனத்திலும் பிரதிபலிக்கும்.

மனம் என்பது பிரபஞ்சத்தின் எல்லைவரை பாயக் கூடியது. அதை ஒரு கடலுக்கு ஒப்பிடலாம். நம் மனதில் எழுகின்ற ஓர் அலை மற்றவரின் மனதிலும் அழுத்தத்தை ஏற்படுத்தும். ஏனென்றால் அலைகளுக்கு ஆதாரமான கடல் அனைவருக்கும் பொதுவாம்.

நான் இதற்கு முன்பே வேறு சில சந்தர்ப்பங்களில் எவ்வாறு வாடிக்கையாளரின் நலம் அறிந்து நான் செய்த முயற்சிகள் வெற்றிகரமான ஜெய -ஜெய பேரங்களில் என்னைக் கொண்டு சேர்த்தது என்று குறிப்பிட்டிருந்தேன்.

துபாயில் உள்ள பெரிய கோ-ஆபரேடிவ் ஸ்டோரில் எப்படி அவர்களது காய்கறிகள் விலையைக் கட்டுப்படுத்த நான் கொடுத்த ஆலோசனைகள் அவர்களுக்கு நல்ல விளைவைக் கொடுத்தன என்றும், எப்படி காஞ்சிபுரத்திலுள்ள கடை முதலாளிக்கு அவரது தங்கையின் திருமணத் தடையை நீக்க நான் கொடுத்த அறிவுரை ஒரு நல்ல ஆரோக்கியமான நட்புக்கும் அதன் மூலம் வியாபாரத்தை விரிவாக்கவும் பயன்பட்டது என்றும் குறிப்பிட்டிருந்தேன்.

இவையெல்லாம் நம் சுயநலத்தை மட்டும் முன்வைக்காமல், வாடிக்கையாளர் நலத்தையும் பேணுவதால் ஏற்படும் நீண்டகாலப் பயன்கள் ஆகும்.

கேரளத்தில் நான் முன்பு குறிப்பிட்ட பன்னாட்டு ஆரோக்ய பானமான ஹார்லிக்ஸ் நிறுவனத்தின் மேலாளராக இருக்கையில் எனது பெரிய விநியோகஸ்தர்களுக்கு எங்களது நிறுவனம் கொடுக்கும் சேவையை எப்படி மேன்மைப்படுத்துவது என்று ஆலோசனை செய்தேன்.

எனக்கும் முன்பு அங்கு மேலாளராக இருந்தவர் ஒவ்வொரு விநியோகஸ்தர்களுக்கும் அவர்களுக்கு மாதாமாதம் அனுப்ப

வேண்டிய சரக்குகளை இரண்டாகப் பிரித்து மாதத்தின் முற்பகுதியிலும் பிற்பகுதியிலும் அனுப்பி வைத்திருந்தார்.

இந்தப் பாகுபாடு எப்போதும் அவர்களுடைய சரக்கு அழுத்தத்தை (Stock Pressure) தேவைக்கு அதிகமாக வைத்திருப்பதாகக் கண்டேன்.

நான் இந்த நிலைமையை மாற்ற நினைத்தேன். ஒவ்வொரு விநியோகஸ்தரின் மாத முதல் நாளில் உள்ள சரக்கு இருப்புகளை சரியாகக் கணக்கெடுத்தேன்.

அவர்களுக்கு அந்த மாதம் நாங்கள் அனுப்ப இருக்கும் சரக்குகளை மூன்று தவணைகளாக (சில மிகப் பெரிய விநியோகஸ்தர்களுக்கு நான்கு தவணைகளாக) அனுப்பத் தீர்மானித்தேன்.

இதனால் அவர்களுக்கு சந்தைக்கு விநியோகிக்கத் தேவையான சரக்குகள் சரியான விகிதத்தில், சரியான தவணைகளில் கிடைக்கத் தொடங்கும்.

இதனால் அவர்களது மூலதனம் முறையான முறையில் உபயோகிக்கப் பட்டு அவர்களது லாப விகிதத்தைக் கூட்டும்.

ஆனால் எங்கள் நிறுவனத்திற்கு அதிகத் தவணைகளில் அனுப்புவ தால் செலவுகள் கூடும்.

விநியோகஸ்தர்களின் முதலீடு பாதுகாக்கப்படுவதால் அவர்கள் தங்களது சந்தைக்குச் செய்யவேண்டிய சேவையின் தரத்தைக் கூட்ட நான் சொல்லும் ஆலோசனைகளை உடனே ஏற்க வாய்ப்பு கூடும். அதன் மூலம் கடைகளில் எங்களது சேவையின் தரத்தைக் கூட்ட முடியும். எங்களது நிறுவனத்தின் வியாபாரம் மற்றும் 'மார்க்கெட் ஷேர்' கூடுவதற்கு அதிக வாய்ப்பு உண்டாகும்.

இவ்வாறு எங்களது அதிகப்படியான செலவு கணிப்பையும் இதன் மூலம் பெறப்படுகின்ற கண்கூடாகக் காண்கின்ற மற்றும் மறைமுக ஆதாயங்களையும் சரியாகப் பட்டியலிட்டு எங்களது அலுவலகத்துக்கு அனுப்பி அவர்களது சம்மதத்தைப் பெற்றேன்.

விளைவு, எனது அத்தனை விநியோகஸ்தர்களும் மிக்க மகிழ்ச்சி அடைந்தார்கள். என்னைக் கட்டித் தழுவாத குறைதான்.

அவர்கள் நல்ல லாபம் அடைந்ததால், நான் அவர்களிடம் கோரிய சேவைத் தரத்தை உடனே கூட்ட அதன் மூலம் சில்லரைக் கடைக்காரர்கள் நல்ல சேவையைப் பெற்று எங்களது வியாபாரமும் 'மார்க்கெட் ஷேர்'ம்' ராக்கெட் வேகத்தில் உயர்ந்தது.

இவ்வாறு நான் அங்கு பணி செய்த மூன்று வருடங்களும் தொடர்ந்து (Hat - trick) எனது குழு தென்னிந்தியாவில் முதலிடம் பிடித்து எனக்கு முதல் தர மேலாளர் என்ற பட்டத்தைத் தொடர்ந்து அளித்தது.

இதற்குப் பல காரணங்கள் இருந்தாலும் நான் மிக முக்கியமான காரணமாக நினைப்பது நான் என் விநியோகஸ்தர்களிடம் காட்டிய அக்கறையே என்று உறுதியாகக் கூறுவேன்.

இதே அக்கறைதான் நான் சில விநியோகஸ்தர்களை அவர்கள் சேவை செய்து வந்த சந்தைகளில் சில பகுதிகளை வேறு புதிய விநியோகஸ்தர்களுக்கு விட்டுக் கொடுக்குமாறு சொல்லி முன் வைத்த ஆலோசனைகளையும் ஏற்கவைத்தது.

கேரளத்தில் விநியோகஸ்தர்களுக்கு என்று ஒரு யூனியன் அமைப்பு உண்டு.

ஒரு விநியோகஸ்தரிடம் கொடுக்கப்பட்ட சந்தைகளைக் குறைக்க வேண்டுமென்றாலோ அல்லது அவரை மாற்றி வேறு விநியோகஸ்தரை நியமிக்கவேண்டும் என்றாலோ குறிப்பிட்ட அந்த விநியோகஸ்தர் தங்களது ஒன்றியத்திற்குச் சென்று அத்தகைய ஏற்பாட்டைத் தகர்த்தெறிய முடியும்.

ஏனென்றால் அவ்வொன்றியங்கள் அத்தனை சக்தி வாய்ந்தவை. எங்களது அன்றைய நிலையை எடுத்துக் கொண்டால் நாங்கள் பெற்றிருந்த விநியோகஸ்தர்களின் எண்ணிக்கை கேரளாவில் பதினாறுதான்.

எனக்கு முன் அங்கு மேலாளராகப் பணியாற்றியவர்கள் அந்த எண்ணிக்கையைக் கூட்ட விரும்பவில்லை.

ஒன்று, விநியோகஸ்தரின் ஏரியா குறைந்தால் அவரது விற்பனையும் அதனால் அவர் ஈட்டும் லாபமும் குறையும். ஆகவே அவர்களுக்கு கம்பெனியில் ஆர்வம் குறையும்.

இரண்டு, அவர்கள் யூனியனை ஆதரவுக்கு அணுகினால் அதனை நேர்கொள்வதும் சற்றுக் கடினமாக இருக்கும்.

இதனால் வியாபாரத்தில் ஒரு தேக்கம் இருந்தது. நான் எடுத்துக் கொண்ட முதல் ஆறு மாதங்களில் கேரளத்தின் மூலை முடுக்குகள் எல்லாம் பிரயாணித்தேன்.

ஒவ்வொரு சந்தையின் நிலைமை, அங்கே உள்ள கடைகளில் விநியோகஸ்தர்கள் தரும் சேவையின் தரம், மேற்படி கடைகளில் எங்களது எல்லாத் தயாரிப்புகளும் சரியாக விநியோகிக்கப்படாத

நிலைமை இவைகளைக் கண்டு அவற்றைச் சரியாகப் பதிவுசெய்து, இந்தப் பதிவுகளை முறையாக எனது விநியோகஸ்தருக்கும் மற்றும் எனது நிறுவனத்திற்கும் அனுப்பிக்கொண்டே இருந்தேன்.

இதனால் விநியோகஸ்தருக்கே தாங்கள் முறையான சேவையை தங்களுக்குள் குறிப்பிடப்பட்ட எல்லாச் சந்தைகளிலும் கொடுக்க இயலவில்லை என்பதை ஒப்புக்கொள்ளவைத்தேன்.

சில சந்தைகள் விநியோகஸ்தர் இருக்கும் இடத்திலிருந்து மிகுந்த தொலைவில் இருந்தது ஒரு முக்கிய காரணம்.

நான் அவர்களுடன் பேச்சுவார்த்தை நடத்தும்போது நீங்கள் சரியான சேவைத் தரத்தைத் தராததனால் நம் இருவருக்கும் வியாபார முன்னேற்றம் தடைபடுகின்றது. இதற்குத் தீர்வு, சரியான அளவில் உங்கள் சேவைத் தரத்தை இத்தகைய தொலைவிலுள்ள சந்தைகளிலும் நீங்கள் காண்பிக்க வேண்டும். அது தங்களால் இயலாது என்றால் அத்தகைய சந்தைகளில் நாங்கள் வேறு விநியோகஸ்தரை நியமிக்க அனுமதி தர வேண்டும்' என்ற நேர்மையான கோரிக்கையை முன்வைத்தேன்.

நான் முன்பே குறிப்பிட்டிருந்தபடி அந்த விநியோகஸ்தர்கள் நான் அவர்களது நலம் விரும்பி என்று அறிந்திருந்தார்கள். ஆனால் இதனால் தங்களது வியாபாரம் குறைந்து, லாபம் குறைந்தால் அவர்களது செலவுக்குக் கட்டுப்படியாகுமா என்ற உண்மையான கவலை அவர்களுக்கும் இருந்தது.

'நீங்கள் இவ்வாறு தொலைவிலுள்ள சந்தைகளைவிட்டுக் கொடுத்தாலும் அருகாமையில் உள்ள சந்தைகளில் உங்களது சேவையின் தரத்தைக் கூட்டும்போது உங்களது செலவும் குறையும். அதுமட்டுமல்லாமல் உங்களது வியாபாரமும் கூடி அதனால் உங்கள் லாபமும் கூடும்.' என்று அவர்களின் பயத்தைப் போக்கினேன்,.

'இதைத் தவிர நாங்கள் புதிதாக சில தயாரிப்புகளை உங்கள் சந்தையில் விநியோகிக்கப் போகிறோம்' என்று கூறி அப்புதிய தயாரிப்புகளின் மேன்மைகளையும் அதனால் பெறக்கூடிய நன்மைகளையும் விளக்கினேன்.

இதற்கும் மேலாக வேறொரு முக்கியமான நல்லெண்ணத்தின் பேரிலான உத்தரவாதத்தை பெற்றுத்தந்தேன்.

'நீங்கள் விட்டுக்கொடுக்கப் போகிற சந்தைகளில் நாங்கள் புதிய விநியோகஸ்தர்களை நியமிக்கும் முயற்சியில் நீங்களும் உங்களுக்குத்

தெரிந்த நல்ல விநியோகஸ்தர்கள் யாராவது அந்தச் சந்தைகளில் இருந்தால் அவர்கள் பெயரை முன் மொழியலாம். அவர்களுக்குத் தகுந்த தகுதிகள் இருக்கும் பட்சத்தில் அவர்களை நீங்கள் விட்டுக் கொடுக்கப் போகிற சந்தைகளில் நியமிக்க முன்னுரிமை கொடுக்கிறோம். இவ்வாறு செய்யும்போது அவரும் எல்லை விட்டு எல்லை வந்து வியாபாரத்தைக் குறுக்கு வழியில் பெருக்கும் அபாயம் இல்லை' என்று சொன்னேன்.

இதற்கு மேலும் சொல்ல வேண்டுமா? ஒன்றன்பின் ஒன்றாக ஆறே மாதங்களில் மேலும் பதினாறு விநியோகஸ்தர்களை அப்பகுதிகளில் நியமித்தோம்.

விளைவு மூன்றே வருடங்களில் எங்களது கேரளா வியாபாரத்தின் அளவு இருமடங்காகப் பெருகியது.

அன்று எனது ஆலோசனைப்படி தங்களது விற்பனை எல்லைகளை விட்டுக்கொடுத்தவர்கள் பின்னர் கூடுதல் கவனத்துடன் தங்களது சந்தைகளில் கவரேஜ் கொடுத்து அத்துடன் புதிய தயாரிப்புகளும் வந்து சேர தங்களது டர்ன் ஓவர் பன்மடங்காக பெருகப் பெற்றார்கள். அதுமட்டுமல்ல என்மீது அவர்கள் கொண்டிருந்த நம்பிக்கையும் பன்மடங்கு பெருகியது.

நண்பர்களே! வியாபாரத்தில் வெற்றி காண வேண்டுமானால் இந்த முக்கியமான அம்சத்தைக் கடைப்பிடியுங்கள். வெறும் சுயநலத்தோடு மட்டும் உங்களது வாடிக்கையாளர்களை ஒருபோதும் அணுகாதீர்கள். அவர்களும் உங்களது ஒரு பங்குதாரர் என்று நினைத்து அவர்களது நலன்களில் முழு அக்கறையும், பொறுப்பும் எடுத்துக் கொள்ளுங்கள்!

'குதிரையை வண்டிக்கு முன் இடுங்கள். நீங்கள் நிலையான வெற்றியைக் காண்பீர்கள்' என்பது முழுக்க முழுக்க சத்தியம்.

8

விற்பனை நேர்காணல் - படிகள்

(Steps of a sales call)

நீங்கள் ஒரு சூப்பர் மார்க்கெட்டுக்கு சில பொருள்கள் வாங்குவதற்காகச் செல்கிறீர்கள்.

அப்போது ஒரு விற்பனைப் பிரதிநிதி அக்கடையின் முதலாளியுடன் தனது பொருள்களை விற்கும் முகமாகப் பேசிக்கொண்டிருக்கிறார். அவர்களது பேச்சு உங்களை சுவாரசியப்படுத்த நீங்கள் கேட்டுக்கொண்டிருக்கிறீர்கள்.

'சார், வணக்கம்! நான் 'பலே ஜோர்' கம்பெனியிலிருந்து வருகிறேன். எங்களது இட்லி மாவு, தோசைமாவு பற்றிக் கேள்விப்பட்டிருப்பீர்கள்.'

'இல்லையே, அது மாதிரி ஒரு பெயரைக் கேள்விப்பட்டதில்லையே!'

'ஓ, ஆச்சரியமாக இருக்கிறது. நாங்கள் டிவியில் விளம்பரம் தொடங்கியிருக்கிறோம். அதுமட்டுமல்ல. உங்களுக்கு அடுத்து உள்ள கடைகளிலும் சப்ளை செய்திருக்கிறோம்.'

'எனக்கு டிவி பார்க்க எங்கே நேரம்? இப்போது தான் முதல் முதலாக உங்கள் கம்பெனி ஆட்களைப் பார்க்கிறேன்.'

‘புரிகிறது, மன்னிக்கவும். சென்றமுறை நாங்கள் வந்தபோது நீங்கள் இல்லாதிருந்தீர்கள். இப்போது எங்கள் தயாரிப்புகளைப் பற்றி விளக்க கொஞ்சம் நேரம் கொடுப்பீர்களா?’

‘சரி, சொல்லுங்கள்’

சார், எங்கள் கம்பெனி மார்க்கெட்டுக்கு வந்து 2 வருடங்கள் ஆகின்றன. முதலில் மெட்ரோ மார்க்கெட்டுகளில் தொடங்கி இப்பொது அடுத்த கட்டமாக உங்களது மார்க்கெட்டுக்கு வந்திருக்கிறோம். புள்ளிவிவரப்படி இந்த மார்க்கெட்டில் உங்களுடைய சூப்பர் மார்க்கெட்தான் அதிக விற்பனை உள்ள சூப்பர் மார்க்கெட் என்று அறிகிறோம். எனவே எங்கள் தயாரிப்புகளை இங்கே அறிமுகப் படுத்துவதில் மகிழ்கிறோம்.’

‘அது சரி, இதேபோல் 5 அல்லது 6 தயாரிப்புகள் எங்கள் கடையில் உள்ளதே!’

‘எங்கள் இட்லி, தோசை மாவு மிகச் சுத்தமான முறையில் தயாரிக்கப் பட்டது. அரிசியும், உளுந்தும் சரியான விகிதத்தில் கலக்கப்பட்டு ஆரோக்கியம் தரக்கூடிய வெந்தயம் போன்ற மற்ற பொருள்கள் சேர்க்கப்பட்டு மக்களுக்கு வீட்டில் செய்தது போன்ற உணர்வைக் கொடுக்கக்கூடியது. மற்ற தயாரிப்புகளைவிட அதிக குணம் வாய்ந்தது. அதுமட்டுமல்ல, ‘.நாங்கள் உங்களுக்குக் கொடுக்கும் லாபம் மற்றவற்றைக் காட்டிலும் அதிகம். அவர்கள் கொடுப்பது 12 சதவிகிதம், நாங்கள் 15 சதவிகிதம் கொடுக்கிறோம். இதோ இதுதான் எங்களது தயாரிப்பு. எவ்வளவு நேர்த்தியான பாக்கேஜிங் பாருங்கள்!’

‘ஆனால் உங்கள் தயாரிப்பு மற்றவர்களைக்காட்டிலும் கூடுதல் விலையில் உள்ளதே?’

‘ஆம்! நிச்சயமாக. காரணம் நாங்கள் உபயோகிக்கும் பொருள்கள் மிகுந்த தரம் வாய்ந்தவை. Export quality மூலப்பொருள்களை உபயோகித்துத் தயாரிக்கிறோம்.’

‘அதெல்லாம் சரி, நீங்கள் விளம்பரம் செய்வதாகக் கூறினீர்களே. இதுவரை யாரும் இப்பொருளைக் கேட்டு வரவில்லையே!’

‘சார், இதோ என்னுடைய டேப்லெட் மூலமாக எங்கள் விளம்பரத்தைக் காட்டுகிறேன் பாருங்கள். என்னவென்றால் டிவியில் நூற்றுக்கணக் கான விளம்பரங்கள் வருகின்றன. பார்ப்பவர்கள் அனைவரும் அத்தனை விளம்பரங்களையும் நினைவில் வைத்துக்கொள்ள முடியாது. ஆனால் ஒருவேளை அவர்கள் கடைக்கு வந்து அங்கே

தான் டிவியில் கண்ட பொருள் டிஸ்பிளே செய்யப்பட்டிருந்தால் உடனே நினைவுக்கு வர அதனைக் கேட்டு வாங்கத் தோன்றும் அல்லவா?'

'அது சரி, மற்ற சக கம்பெனிக்காரர்கள் நுகர்வோருக்கு அவ்வப்போது ரூபாய் 5 தள்ளுபடி கொடுத்து மயக்கி வைத்திருக்கிறார்களே! அதை எப்படிச் சமாளிக்கப்போகிறீர்கள்?'

'அதற்கும் எங்களிடம் பதில் உண்டு. ஒவ்வொரு பாக்கெட்டிலும் விலை குறைப்புக்கு பதில், இட்லி தோசையுடன் தொட்டுக்கொள்ள ஏதுவாக மிளகாய்ப்பொடி பாக்கெட் ஒன்று இலவசமாகக் கொடுக்கிறோம். பார்க்கப்போனால் அது மற்றவர்கள் கொடுக்கும் ஐந்து ரூபாயைக் காட்டிலும் அதிக மதிப்புள்ளது,'

'ஆனால் என் கடையில் உள்ள சிறிய ஃப்ரிட்ஜில் உங்கள் புதிய பொருளை வைக்க இடம் இல்லையே?'

'பயப்படவேண்டாம், நாங்கள் எங்கள் பிராண்ட் லோகோவுடன் கூடிய சிறிய கூலரை உங்களுக்குத் தருகிறோம், அதில் எங்கள் பொருள்களை மட்டும் வைக்கும்படிக் கோருகிறேன்.'

'மிக்க நல்லது. ஆனால், இதை வைத்துக்கொண்டு நீங்கள் என்னை டம்ப் செய்யக்கூடாது. அதே சமயம் என்னால் இப்போதே உங்கள் பில்லை தீர்க்க முடியாது.'

'பரவாயில்லை, தொடக்கத்தில் 24 பாக்கெட்கள் மட்டும் கொடுக்கிறேன். எங்கள் பாலிஸி உங்களை அழுத்துவது அல்ல. விற்க விற்க நீங்களே கேட்டு வாங்குவீர்கள். நாங்கள் கொடுப்பது சிறிய அளவில் இருப்பதால் பில்லை செட்டில் செய்வது உங்களுக்குச் சிரமமாக இருக்காது. சாயங்காலம் கலெக்ஷனுக்கு வருகிறோம், அப்போது கொடுத்தால் போதும்.'

நீங்கள் பார்த்துக்கொண்டிருக்கும்போதே அவர்களது வேனில் இருந்து சிறிய கூலரை இறக்குகிறார்கள். தங்களது இட்லி, தோசை மாவு பாக்கெட்டுகளை அதில் அடுக்குகிறார்கள், தாங்கள் கொண்டு வந்திருந்த விளம்பரப் பொருள்களை கடையில் மாட்டுகிறார்கள். பில்லை அடித்துக்கொடுத்துவிட்டு வேனில் ஏறிப் பறக்கிறார்கள்.

இதுவரை நீங்கள் கண்டது ஒரு விற்பனை நேர்காணல் அதாவது ஒரு Sales Call.

விற்பனையாளர் தொடக்கத்தில் சிறிது தடுமாறினாலும் பின்னர் சமாளித்துக்கொண்டு விற்பனையை முடிப்பதைக் கண்டோம்.

இந்தப் பரிவர்த்தனை தொடர்ச்சியான ஒரு உரையாடலாகத் தோன்றினாலும் இதனுள் பல படிகட்டுகள் அடங்கி இருக்கின்றன. பல பரிமாணங்கள் இருக்கின்றன.

ஒரு விற்பனைக்காகச் சென்றாலும் சரி, ஒரு ஒப்பந்தப் பேச்சு வார்த்தைக்குச் சென்றாலும் சரி, அதைக் கையாள்வதற்கு சில அடிப்படை விதிகள் கடைப்பிடிக்கப்பட வேண்டும்.

பல நேரங்களில் ஒரு விற்பனைப் பேச்சோ அல்லது பேரப் பேச்சு வார்த்தையோ ஒரு நல்ல விளைவைத் தரவில்லை என்றால் அதற்குக் காரணம் அதன் செயல்முறைத் தத்துவங்கள் சரியான முறையில் கடைப்பிடிக்கப்படாமையே ஆகும்.

இப்படிப் பார்க்கலாம்,.

ஒரு பொருள் தயாரிக்கப்படும்போது தொடக்க நிலையிலிருந்து அடுத்தடுத்த நிலைகளில் மாற்றங்கள் கண்டு இறுதியாக முழுமை பெற்ற பொருளாக உருமாற்றம் அடைந்து விற்பனைக்குத் தயாராகின்றது.

அதேபோல விற்பனை என்று பொதுவாகச் சொல்லப்படுகின்ற நடவடிக்கையானது பல்வேறு இடைப்பட்ட நிலைகளைத் தாண்டித்தான் முழுமையடைய வேண்டியிருக்கிறது.

இதன் படிக்கட்டுகளை நாம் நன்கு அறிந்துகொண்டால் ஒரு விற்பனை நேர்காணல் சரியான கோணத்தில் சென்று விளைவைத் தந்திருக்கிறதா, இல்லையா என்று எளிதில் அறியலாம்.

அவ்வாறு இல்லை என்றால் எந்த நிலையில் அது தவறான பாதையில் சென்று அதன் காரணமாக தோல்வியைச் சந்தித்தது என்பதையும் புரிந்துகொள்ளலாம்.

எனவே அடுத்தமுறை செயல்படுத்தும்போது தவறுகளைத் தவிர்க்கலாம்.

வாருங்கள்! அடுத்து நேர்காணல் படிகளைக் காணலாம்!

9

விற்பனை நேர்காணல் – படி –1
திட்டமிடுதல், தயாரிப்பு நிலை

ஒரு விற்பனைப் பிரதிநிதி நேர்காணலுக்குச் செல்லுமுன் சரியாகத் திட்டமிடத் தெரிந்து கொள்ளவேண்டும்.

இதில், நான் நமது நாட்டில் தொன்றுதொட்டு வழங்கிவரும் மூன்று பரிமாணங்களைத்தான் உங்களுக்கு விளக்கப்போகிறேன்.

நீங்களே கேட்டிருப்பீர்கள் - இடம், பொருள், காலம் என்ற மூன்று பரிமாணங்கள்தாம் அவை.

நாம் முதலில் **பொருள்** என்பதனைப்பற்றி காண்போம்.

பொருள் என்று நான் குறிப்பிடுவது நமது திட்டம்.

இந்தத் திட்டத்தில் அடங்கும் ஒவ்வொரு விஷயத்தையும் விரிவாகப் பார்ப்போம்.

வாடிக்கையாளர்: தான் சந்திக்கப் போகின்ற வாடிக்கையாளர் எத்தகையவர் என்பதை முதன் முதல் அறிந்து கொள்ள வேண்டும்.

நான் முன் அத்தியாயத்தில் வாடிக்கையாளர் களின் வகைகளைப் பகுத்து அவரது

மனநிலைக்கும் குணநிலைக்கும் ஏற்ப அவர்களை வரையறுத்து அவர்களை எப்படி அணுக வேண்டும் என்பதையும் விளக்கி இருந்தேன் அல்லவா?

அதுபோலவே அவர்களைப் பற்றிய விவரங்களைச் சேகரித்து நமது மனோநிலையை அவர்களை நேர்கொள்ளத் தக்கவாறு தயார் நிலையில் வைத்துக்கொள்ள வேண்டும்.

அப்போதுதான் அவர் எத்தகைய கேள்விகளை நம் முன் வைப்பார்கள். எத்தகைய உணர்ச்சியோடு நம்மை அணுகுவார்கள் என்று ஒரு மனக்கண் முன்னோட்டம் செய்துகொண்டு நாம் எத்தகைய மனநிலையைக் கைக்கொண்டு, எத்தகைய பதில்களை அவர்களுக்குத் தரவேண்டும் என்று நம்மைத் தயார் செய்துகொள்ள முடியும்.

உதாரணமாக 'விஷய ஞானி' யை நாம் நேர்காணப் போகும்போது புள்ளி விவரங்கள் அனைத்தையும் இம்மி பிசகாமல் தயாரித்து வைத்துக்கொள்ள வேண்டும்.

வியாபார இலக்கு: ஒரு நேர்காணலின் முக்கிய அம்சம் அப்பேச்சின் மூலம் அடையப் பெறுகின்ற வியாபாரத்தின் அளவு. அதாவது சரியான இலக்கு நம் கண் முன் தெரிய வேண்டும்.

இதை எவ்வாறு நிர்ணயிப்பது?

இதற்கு முன் குறிப்பிட்ட வாடிக்கையாளர் அடைந்துள்ள விற்பனையின் மதிப்பு என்ன?

நாம் இப்போது தரப் போகின்ற சலுகைகள் அல்லது ஒத்துழைப்பின் காரணத்தால் இவரது இலக்கை எத்தனை சதவிகிதம் கூட்டலாம்?

வாடிக்கையாளர் தரப்பிலிருந்து என்னென்ன ஒத்துழைப்புகளைக் கேட்கலாம்? அவற்றால் உண்டாகும் அதிகப்படி விற்பனை மதிப்பு எவ்வளவு? இவை ஒரு பக்கம்.

நமது போட்டியாளர்கள் எந்த அளவிற்கு விற்பனை செய்கிறார்கள்?

அவர்களது பங்கிலிருந்து எத்தனை சதவிகிதம் நாம் கவர்ந்து கொள்ள முடியும்?

அதனால் வரும் அதிகப்படி விற்பனை எவ்வளவு?

இதைக் கணக்கிட வேண்டும்.

இதற்கடுத்து குறிப்பிட்ட சந்தையின் பொருளாதார நிலை எவ்வாறுள்ளது?

பொதுவான பொருளாதார வளர்ச்சி உந்துதல்களால் சந்தையில் எத்தனை சதவிகிதம் பொருளாதார வளர்ச்சி காணப்படும்? இதன் மூலம் நாம் அடையக் கூடிய வளர்ச்சி எத்தனை சதவிகிதம்?

இவ்வாறு பல பரிமாணங்களில் ஆராய்ச்சி செய்து நமது இலக்கை முதலில் தீர்மானிக்க வேண்டும்.

இவ்வாறு தீர்மானிக்கப்படுகின்ற இலக்கு நாம் நெருங்கவே முடியாத உயரத்திலோ அல்லது மிக எளிதாகவோ இருக்கக்கூடாது. அதிகமாக அதே நேரத்தில் முழு முயற்சி செய்தால் எட்டக் கூடியதாகவும், அளவிடக் கூடியதாகவும் இருக்க வேண்டும்.

செயல்திட்டம்:

இலக்குகள் சரியாகத் தீர்மானிக்கப்பட்டபின் அந்த இலக்குகளை நடைமுறைப்படுத்தும் வகையில் செயல்முறைத் திட்டங்களை வகுக்கவேண்டும்.

உதாரணமாக உங்களுடைய இலக்கு வாடிக்கையாளரிடமிருந்து 30% வளர்ச்சி என்று வைத்துக்கொள்வோம்.

இதை நீங்கள் நன்கு குறிப்பிட்டுள்ள பல பரிமாணங்களில் ஆராய்ந்து தீர்மானித்து இருக்கிறீர்கள் என்றும் வைத்துக் கொள்வோம்.

இதைச் செயல் முறைக்குக் கொண்டுவருவதற்கு உங்களின் திட்டத்தைச் சரியான முறையில் தயார் செய்ய வேண்டும். கீழ்க்காணும் உதாரணத்தை நோக்குவோம்.

வாடிக்கையாளர்: ஜெயம் எண்டர்பிரைஸஸ்

விற்பனைப்பதிவுகள்:

கடந்த ஒரு வருட சராசரி விற்பனை: 5 லட்சங்கள் .

முன் இரண்டு வருடத்தில் சராசரி ஆண்டு விற்பனை: 4.5 லட்சங்கள்.

வளர்ச்சி: 11%

இவ்வருடம் எதிர்பார்க்கும் மொத்த வளர்ச்சி: 24%

இதன் அங்கங்கள்

இவ்வருடத்தில் எதிர்பார்க்கும் பொருளாதார வளர்ச்சி: 5%

நிறுவனம் இவ்வருடத்தில் தரப்போகும் புதிய தயாரிப்புகளால் வளர்ச்சி: 5%

புதிய விற்பனைத் தூண்டுமுறைகளால் எதிர்பார்க்கும்வளர்ச்சி : 6%

விற்பனைப் பிரதிநிதிகள் கூடுதல் நேரம் ஒதுக்குவதால் வளர்ச்சி : 5%

போட்டியாளர்களின் பங்கிலிருந்து நாம் பெறக்கூடிய பங்கு : 3%

இம் முறையில் நீங்கள் பரிமாணங்களைச் சேர்த்துத் திட்டமிட்டு உங்கள் வளர்ச்சி இலக்கைச் செயல் திட்டமாக மாற்ற வேண்டும்.

புதிய தயாரிப்புகள்:

வருடத்தில் வெளியிடப் போகின்ற தயாரிப்புகளை வருடாந்திர காலண்டரின் அந்தந்த மாதங்களில் இட்டு நிரப்பி அதனதன் விற்பனை சாத்தியக் கூறுகளை மதிப்பேற்றவேண்டும்.

புதிய விற்பனைத் தூண்டுகோல்கள் (Sales Promotion Tools)

ஒவ்வொரு புதிய உத்தியையும் சரியாய் விளக்கி அதனதன் மூலம் எவ்வளவு விற்பனையைக் கூட்ட முடியும் என்பதை திட்டமிட வேண்டும்.

(உ -ம்) அதிகப்படியான வியாபார சலுகைகளால் 2%

கூடுதல் நுகர்வோர் சலுகைகளால்	*3%*
டிஸ்பிளே சலுகைகளால்	*1%*
மொத்தம்	*6%*

விற்பனைப் பிரதிநிதிகளின் கூடுதல் நேர ஒதுக்கீடு:

இதற்கு முன் மாதத்தில் 6 நாட்கள் விற்பனை பிரதிநிதிகள் வாடிக்கையாளர்களுக்கு ஒதுக்கி இருந்தால் புதிய செயல் திட்டத்தில் அது 9 நாள்களுக்கு (உதாரணமாக) மாற்றப்பட்டிருந்தால் அதன் மூலம் என்ன வருவாய் எதிர்பார்க்கலாம் என்ற திட்டவரையறையை கால்குலேட்டரை தட்டி எண்ணிக்கைகளை ரெகார்ட் செய்து கொள்ளுங்கள்.

போட்டியாளர் பங்கு: Competition Market share

இவ்வாறு உத்திகளையும், தந்திரங்களையும் காட்டி போட்டியாளர் களின் முனை மழுங்கச் செய்து அவர்களுக்கு வர இருக்கின்ற விற்பனையிலிருந்து எத்தனை சதவிகிதம் எடுக்க முடியும் என்பதை அறிவிக்கும் செயல் திட்டம்.

இப்படி ஒவ்வொரு பரிமாணத்திற்கும் சில செயல் திட்டங்களை சந்தேகத்திற்கு இடமின்றி வரையறுத்து விளக்க வேண்டும்.

கடை நிலை தயாரிப்பு:

சரி, இலக்குகளைத் தீர்மானித்தாகி விட்டது.

செயல் திட்டங்களும் தயார் நிலையில் உள்ளன.

அடுத்து இறுதி நிலை தயாரிப்பு, அதாவது, சரிபார்ப்புப் பட்டியல் உண்டாக்கப்பட வேண்டும்.

ஒரு பரிட்சைக்கு நாம் தயாரிக்கிறோம் என்று வைத்துக் கொள்ளுங்கள்.

முதலில் என்ன செய்கிறோம்? நாம் வாங்க வேண்டிய மார்க் எத்தனை என்று ஒரு குறி வைக்கிறோம். பின்னர் அதற்கு வேண்டிய புத்தகங்கள், குறிப்புகள் போன்றவை எங்கே கிடைக்கும் என்று தேடிச் சிறந்த நூலகத்துக்குச் சென்று அவற்றைப் படிக்கிறோம்.

இவ்வளவு செய்தாலும் பரிட்சைக்கு முன் அத்தனையையும் ஒரு ஃபைனல் ரவுண்டு ரிவிஷன் கொடுக்கிறோம் அல்லவா? அதுபோல் தான் விற்பனையிலும்.

இப்பொது நம் தயாரிப்பின் ஃபைனல் ரவுண்ட் ரிவிஷனை பார்ப்போம்.

குறிப்பு எண்	**தயாரிப்பு**
வாடிக்கையாளர் வகை	அதற்கேற்ற நமது மனோநிலை
வியாபார இலக்கு	அனைத்துப்பரிணாமங்களின்படி உண்டாக்கப்பட்ட பட்டியல்
செயல்திட்டம்	ஒவ்வொரு திட்டத்தின் அடிப்படை, ஊக்கிகள் அதாவது இன்செண்டிவ் கால அட்டவணை, வளர்ச்சித் திட்டங்கள்.
கருவிகள்	Competition market share, வருடாந்திர விற்பனைப் பதிவுகள், விற்பனையைக்கூட்ட Promotion support, விற்பனைப் பிரதிநிதிகளின் ஈடுபாடு (Engagement) பொருளாதார வளர்ச்சிகுறித்த நம்பகமான ஆதாரங்கள்.

இவற்றையெல்லாம் நன்கு தயாரித்து சரிபார்த்துக்கொள்ள வேண்டும்.

சரி, இதுவரை நாம் பார்த்தவை எல்லாம் பொருள் என்ற அடிப்படைத் தத்துவத்தின் கீழ் வருவன.

அடுத்த கேள்வி உங்கள் மனத்தில் எழுவது எனக்குப் புரிகிறது.

அதெல்லாம் சரி, இது போன்ற முக்கியமான பிரசண்டேஷனுக்கான சந்திப்புகளை எந்த நாளில், நாளின் எந்தச் சமயங்களில் வைத்துக் கொள்ளலாம், எங்கே வைத்துக்கொள்ளலாம்?

இதுதானே உங்கள் கேள்வி? அதாவது **காலம் மற்றும் இடம்.**

முதலில் **காலத்துக்கு** வருகிறேன்.

சந்திப்புக்கான அப்பாய்ண்ட்மெண்ட்டை வாடிக்கையாளரிடம் வாங்கும் முன்பு நமது பிரசண்டேஷனை வழங்கச் சரியாக எத்தனை நேரம் ஆகும் என்பதைக் கணக்கெடுத்து அதற்கேற்ப நேரத்தைத் தீர்மானித்து மீட்டிங்கை அமைக்கவேண்டும்.

உதாரணத்திற்கு, நீங்கள் அரை மணி அவகாசம் வாங்குகிறீர்கள் என்று வைத்துக்கொள்வோம், உங்கள் பிரசண்டேஷன் நீளமாக இருந்து, முக்கியமான அம்சங்கள் அதன் கடைசி பாகத்தில் இருந்தால் நீங்கள் குறித்த சமயத்துக்குள் அவற்றைச் சரியாக வழங்க முடியாமல் வாடிக்கையாளரின் முழு சம்மதத்தையும் பெற முடியாமல் போய்விடும்.

ஆகவே ஒரு ஒத்திகை செய்துபார்த்து, நம் பிரசண்டேஷன் எத்தனை நேரம் பிடிக்கும் என்று சரியாகக் கணக்கெடுத்த பின்தான் நேரத்தை ஃபிக்ஸ் செய்யவேண்டும்.

பொதுவாக திங்கட்கிழமைகளில் அதுவும் காலை நேரங்களில் வாடிக்கையாளர்கள் மிகவும் பிசியாக இருப்பது நிச்சயம். ஏனெனில் கடந்திருந்த விடுமுறை நாள்களுக்குப்பின் வேலை சற்று கூடுதலாகத்தான் இருக்கும்.

சந்திப்புக்கு நேரம் கொடுத்தாலும் நீங்கள் கூறுவதை முழுவதும் கேட்கும் மனோநிலையில் இருக்க மாட்டார்கள்.

எனவே அச்சமயத்தைத் தவிர்ப்பது நல்லது. செவ்வாய், புதன், வியாழக்கிழமைகளில் சந்திப்புகள் ஏற்பாடு செய்வது உசிதம்.

வெள்ளிக்கிழமை நல்ல நாள்தானே அய்யா, அன்று வைத்துக் கொள்ளலாமே என்றுதானே கேட்கிறீர்கள்?

அது கோயிலுக்குப்போக நல்ல நாள்தான். ஆனால் முக்கியமான சந்திப்புகளுக்கு என்றால் ஒரு சில விஷயங்கள் அதற்குப் பிரதிகூலமாக இருக்க வாய்ப்பு உண்டு.

அடுத்து வருகின்ற சனி, ஞாயிற்றுக்கிழமைகள் விடுமுறை நாள்களானதால் பொதுவாக வாடிக்கையாளர்கள் மனது சற்று தங்களது குடும்பத்தைப்பற்றிய சிந்தனையில் இருக்க வாய்ப்புண்டு. இதனால் உங்களது பிரசண்டேஷனை கவனிக்கும் மூடில் இருப்பார்கள் என்று கூறமுடியாது.

எல்லோர்க்கும் இது பொருந்தும் என்றும் கூறிவிட முடியாது. சில சமயம் ஹாலிடே மூடில் உள்ள வாடிக்கையாளர் உங்கள் பிரசண்டேஷனை ஜாலி மூடில் கேட்டு உங்கள் திட்டத்தை ஆதரிக்கவும் செய்யலாம். இதெல்லாம் அந்தந்த சந்தர்ப்பத்திற்கு ஏற்றவாறு நீங்களே முடிவு செய்ய வேண்டிய விஷயங்கள்.

சரி, சந்திக்கப் போகும் நாளைத் தீர்மானித்து விட்டோம், அந்த நாளின் எந்தச் சமயத்தில் சந்திப்பை வைத்துக்கொள்வது?

நாளின் முற்பகுதியில் வாடிக்கையாளர்கள் மிகவும் பிசியாக இருப்பது நிச்சயம். எனவே 9 மணி முதல் 11 மணி வரை சந்திப்பை வைக்காதிருப்பது நல்லது.

12 மணி முதல் மதியம் 1 மணி வரை என்றால் அவர் மதிய உணவுக்குச் செல்லும் நேரம் வந்துவிடும். பசி வயிற்றைக் கிள்ளும்போது அவரால் உங்களது பிரசண்டேஷனை ஆர்வத்துடன் கேட்டு முடிவெடுக்கும் மன நிலை இருக்குமா? இது ஒரு கேள்வி!

எனவே என் அபிப்பிராயத்தில் முற்பகல் என்றால் 11 முதல் 12.30 வரை சரியான நேரம் என்று நிச்சயமாகக் கூறுவேன்.

இப்போது பிற்பகல் நேரத்துக்கு வருவோம்.

மதிய உணவுக்குப்பின் வாடிக்கையாளர் சற்று மந்த நிலையில் இருக்கக்கூடும். உண்ட மயக்கம் தொண்டருக்கும் உண்டல்லவா? எனவே மதியம் 2 முதல் 3 அல்லது மூன்றரை மணிவரை சந்திப்பை ஏற்பாடு செய்யாமல் இருப்பது நல்லது.

அதற்குப்பின் வாடிக்கையாளர் காபி, டீ குடித்துவிட்டு சற்றுச் சுறுசுறுப்பாக இருப்பார்.

எனவே மதியம் மூணரைக்குப்பின் ஐந்து மணிக்குள் சந்திப்பை நிச்சயித்துக்கொண்டால் நீங்கள் பகிர்ந்து கொள்ளப்போகும்

கருத்துக்கள் அவரது மனத்தில் ஒரு நல்ல விளைவை உண்டாக்கும் வாய்ப்புகள் அதிகம்.

ஐந்து மணிக்குமேல் வாடிக்கையாளர் மனது வேலை முடிந்து டிராஃபிக் பிரச்னைகளை எதிர்கொண்டு வீட்டிற்குச் செல்லும் வழிமுறைகளால் ஆக்கிரமிக்கப்பட்டிருக்கும். எனவே, நீங்கள் சொல்வது ஒன்றும் அவர் காதில் விழ வாய்ப்பில்லை. ஆனால் வழக்கமாக அவர் காலம் கடந்து வீட்டிற்குச் செல்பவராக இருக்கும் பட்சத்தில் அவரை சாயங்காலத்தில் காண்பது ஒன்றும் பிரச்னையாக இருக்காது.

சந்திப்புக்கான காலத்தைப்பற்றிப் பேசும்போது ஒரு வினோதமான விஷயம் எனது நினைவுக்கு வருகிறது.

25 ஆண்டுகளுக்கு முன்பு இந்தியாவில் மிகப் பிரபலமாயிருந்த ஒரு விற்பனைப் பயிற்சியாளர் என்னுடன் பகிர்ந்துகொண்ட விசித்திரமான விஷயம் இது.

ஒரு குறிப்பிட்ட வாடிக்கையாளரிடம் காண்ட்ராக்ட் ஒன்றை முடிக்க பிரம்மப் பிரயத்தனம் செய்துகொண்டிருந்த ஒரு நபர் எவ்வழியிலும் அதை முடிக்க முடியாமல் திணறிக்கொண்டிருந்தார்.

அவர் மேற்குறிப்பிட்ட பயிற்சியாளரிடம் தனது கஷ்டத்தைப் பகிர்ந்து கொள்ள, பயிற்சியாளர் அந்தக் குறிப்பிட்ட வாடிக்கையாளரின் முழு டைம் டேபிளையும் அதாவது ஒவ்வொரு நாளும் காலை முதல் இரவுவரை அவர் என்னென்ன செய்கிறாரோ அத்தனையும் நேர வாரியாக பட்டியல் இட்டுத்தரும்படி கூறினார்.

பின்னர் மிகக் கவனமாக உண்டாக்கப்பட்ட அந்தப் பட்டியலை நுணுக்கமாக ஆராய்ந்த பயிற்சியாளர் கண்கள் ஒரு குறிப்பிட்ட இடத்தில் குத்திட்டு நின்றன.

மதியம் ஒரு மணியிலிருந்து நாலரை மணி வரை அந்த வாடிக்கையாளர் ஒருவருக்கும் சந்திப்புக்கான நேரம் வழங்கிய வரலாறே காணப்பட வில்லை. ஏனென்று ஆராய்ந்தபோது அந்த விசித்திரமான வாடிக்கையாளர் வைத்துக்கொண்டிருந்த வினோத வழக்கம் தெரிய வந்தது.

அது வேறொன்றுமில்லை. மதிய வேளையில் அவர் தன் மனைவியுடன் நேரம் செலவழிப்பதை ஒரு தவிர்க்கப்படாத நியமமாகக் கொண்டிருந்தார்.

இந்தத் தகவலைக்கண்ட பயிற்சியாளர் குறிப்பிட்ட அந்த வாடிக்கை யாளரை மதியம் பன்னிரண்டரை மணி அளவில் காண எப்படியோ அப்பாயிண்ட்மெண்ட் வாங்கும்படி அறிவுரை வழங்கினார்.

அவருடைய லாஜிக் என்னவென்றால் வாடிக்கையாளர் தன்னுடைய ஒரு மணி ஷெட்யூலைத் தவிர்க்க முடியாமல் தவித்துப்போய் காண்ட்ராக்ட்டை ஒரு முடிவுக்குக்கொண்டுவந்து விடுவார் என்பது!

அது அவ்வாறே நிகழ்ந்தும் விட்டது என்று கூறி முடித்தார் அந்தப் பயிற்சியாளர்!

சரி, இதுவரை வாடிக்கையாளரைச் சந்திக்க பொருத்தமான காலத்தை எப்படி ஃபிக்ஸ் செய்வது என்பதைப் பற்றிப் பார்த்தோம். அடுத்ததாக வாடிக்கையாளருடனான சந்திப்புக்கு ஏற்ற இடம் எது என்று பார்ப்போமா?

பொதுவாக விற்பனையாளர் வாடிக்கையாளரைக்காண அவரது அலுவலகத்துக்குச் செல்வதுதான் வழக்கம்.

ஆனால் கடந்த சில வருடங்களில் இந்த ட்ரெண்ட் மாறிக்கொண்டு வருகின்றது. இப்போதெல்லாம் ப்ரேக்பாஸ்ட் மீட்டிங், லஞ்ச் மீட்டிங், டின்னர் மீட்டிங் என்பதுபோல்தான் சந்திப்புகள் அமைக்கப் படுகின்றன.

இத்தகைய சந்திப்புகள் நல்ல ஒரு சுற்றுப்புறம் அமைந்துள்ள உணவு விடுதிகளில் அமைக்கப்படுகின்றன.

இவ்வாறு அமைப்பதில் ஒரு நல்ல பலன் உண்டு.

பொதுவாக அலுவலகத்தில் சந்திப்பு நடக்கும்போது ஒரு இறுக்கமான சூழ்நிலை எப்படியோ உருவாகிவிடுகின்றது.

கண்ணெதிரில் பல ஃபைல்களைக் காண்பதனாலோ அல்லது பல சக ஊழியர்களின் குறுக்கீடுகளாலோ அல்லது தங்களுக்கு மேலே உள்ள அதிகாரிகள் அவ்வப்போது தலைமேல் அழுத்தம் கொடுப்பதானாலோ என்னவோ அலுவலகத்துக்குள் சந்திப்புகள் நிகழும்போது ஒரு டென்ஷன் மிக்க சூழ் நிலையே காணப்படுகின்றது.

இதே சந்திப்புகள் நான் குறிப்பிட்ட நல்ல உணவு விடுதிகளிலோ அல்லது ரிஸார்ட்டுகளிலோ நடைபெறும்போது சூழ்நிலை கணிசமாக மாறி விடுகிறது.

இரு தரப்பினரும் தங்களது எண்ணங்களை மனம் திறந்து பேச முடிகிறது. நான் பெரியவனா நீ பெரியவனா என்பதுபோன்ற ஈகோ க்ளாஷ் இல்லாமல் வாதங்களை பாரபட்சமின்றிப் பரிமாறிக்கொள்ள முடிகிறது.

வாடிக்கையாளருக்கும் விற்பனையாளர் தம்மை நன்கு மதித்து இவ்வாறு உயர்தர உணவு விடுதிகளுக்கு சந்திப்புக்கு அழைப்பது ஒரு நல்ல அபிப்பிராயத்தை உண்டு பண்ணுகிறது.

ஆனால் இவ்வாறு விற்பனையாளர் அதிக செலவு செய்து இத்தகைய சந்திப்புகளை அமைக்கும்போது இதை ஏதோ மறைமுக ஆதாயத்துக்குச் செய்கின்றாரோ என்ற தப்பான அபிப்பிராயம் வாடிக்கையாளர் மனதில் ஏற்படாதபடி பார்த்துக்கொள்வது மிக மிக முக்கியமான விஷயம்.

விற்பனையாளர் தனது கண்ணியத்தை காத்துக்கொண்டு இதன் மூலம் வேறு எந்தவித உள் நோக்கமும் தனக்கு இல்லை என்பதை சரியாக நிலை நிறுத்துதல் அவசியமான ஒன்று.

இவ்வாறு பேச்சு வார்த்தைகள் நடக்கும்போது விற்பனையாளர் சரியான விருந்தோம்பல் உபசாரங்களை வாடிக்கையாளருக்குக் காண்பிப்பதில் மிக்க கவனமாக இருத்தல் மிக முக்கியம்.

தனக்கு உணவு வகைகள் பரிமாறப்படுவதற்கு முன்பு விருந்தினருக்குப் பரிமாற ஏற்பாடுகளைச் செய்து வைக்கவேண்டும். அதேபோல் விருந்தினர் எதை ரசித்து உண்கிறார் என்பதைச் சரியாகக் கவனித்து அந்தந்த ஐட்டங்களை அவருக்கு மீண்டும் பரிமாற வேண்டும். ஒரு நல்ல ஹோஸ்ட் எப்படி தன் கெஸ்ட்டை கவனித்துக்கொள்வாரோ அப்படி கவனித்துக்கொள்ள வேண்டும்.

இதெல்லாவற்றையும் விட மிக முக்கியமான விஷயம் ஒன்று உண்டு.

அது, விருந்தினரை அழைத்து வரும் முன்பே, உணவு விடுதியில் உள்ள பரிசாரகர்களுக்கு தான்தான் ஹோஸ்ட் என்றும் எந்தக் காரணத்தைக்கொண்டும் பில்லை விருந்தாளியின் கையில் கொடுத்து விடக்கூடாதென்பதையும் தெள்ளத்தெளிவாக கிளிப்பிள்ளைக்குச் சொல்வதைப்போல் சொல்லிவைக்க வேண்டும்.

இதை ஏன் இவ்வளவு நீட்டி முழக்கிச் சொல்கிறேன் என்றால் எனக்குத் தெரிந்த ஒருவர் இவ்வாறு லஞ்ச் மீட்டிங் ஏற்பாடு செய்தார்.

சந்திப்பும் நன்றாக நடந்தது, பேச்சுவார்த்தைகளும் சுமுகமாக நடந்தேறியது. விற்பனையாளர் கை கழுவப்போகும் நேரத்தில் பேரர் பில்லைக் கொண்டுவந்து விருந்தினருக்கு முன் வைத்துவிட்டார்.

வந்திருந்த வாடிக்கையாளர் மிக சென்சிடிவ்வானவர். அவர் விற்பனையாளர் திரும்பி வந்து பில்லை செட்டில் செய்யும்வரை காத்திருக்காது தானே பணத்தைக்கொடுத்து விட்டார். திரும்பி வந்த விற்பனையாளர் என்ன செய்ய முடியும்? அசடு வழிய நின்றார்.

காரணம், சரியான முறையில் இவர் சர்வருக்கு கம்யூனிகேட் செய்யாததுதான்! இப்படி ஆகும்போது பேச்சு வார்த்தைகள் சரியாக நடந்திருந்தாலும் சுமுகமான முடிவுக்கு வருதல் சற்றுக் கடினமாகிவிடும்.

மேலும் ஒரு விஷயம். சில நிறுவனங்களில் விற்பனையாளருடன் வெளியே சென்று பேச்சுவார்த்தைகள் நடத்த அனுமதிப்பதில்லை. அப்படியானால் அந்த நிறுவனத்திலேயே உள்ள நல்ல மீட்டிங் ரூமை தேர்வு செய்து அதனைக்கோருங்கள்.

நான் துபாயில் Carrefour ஹைப்பர் மார்க்கெட்டின் தலைமையகச் சந்திப்புகளுக்குச் செல்லும்போது சாளரத்தின் வழியே நல்ல வியூ உள்ள கான்ப்ரன்ஸ் அறையைத்தான் கேட்பேன்.

அத்தகைய சூழ்நிலை சந்திப்புகளின் இறுக்கத்தைப் பெருமளவு குறைப்பதைக் கண்கூடாகக் கண்டிருக்கிறேன்.

எப்போதுமே நாம் கேட்கின்ற நல்ல வசதியுள்ள காற்றோட்டமுள்ள அறை கிடைக்க வாய்ப்பில்லைதான். முடிந்தவரை வேண்டுகோள் விடுத்துப்பார்ப்பது. கிடைத்தால் லாபம், இல்லையென்றால் என்ன?

வல்லவனுக்குப் புல்லும் ஆயுதம்தானே? சமாளித்து விடுவோம்!

'இடம்' என்ற பரிமாணத்தைப்பற்றி எழுதும்போது எனக்கு துபாயின் அதி வேக வளர்ச்சிக்குக் காரணமான மதிப்பிற்குரிய ஷேக் முஹம்மது அவர்கள், ஒரு மீட்டிங்கை தனது காரில் நடத்தியது பற்றிக் கேள்விப்பட்டது நினைவுக்கு வருகிறது.

ஐக்கிய அரபு நாடுகளின் முதன் மந்திரி அல்லவா ஷேக் முஹம்மது அவர்கள்? அவர் மிகவும் பிஸியான மனிதர், மணி, நிமிடம் என்ன, வினாடிகளைக் கூட கணக்கிட்டுச் செலவழிப்பவர்!

ஒரு முக்கியமான சந்திப்பை அவர் நடத்தவேண்டிஇருந்தது. சந்திக்க வேண்டியவரை 'தேரா' என்ற இடத்தில் அவரது காரில் ஏற்றிக் கொண்டார்.

பிரசண்ட்டேஷன் காரில் நடந்தது. அவர்களது வாகனம் ஷேக் சய்யது ரோடைக் கடந்து துபாய் எல்லையை கடக்கும் முன்பு விவாதம் முடிந்தது. வந்தவர் இறங்கிக்கொண்டார். ஷேக் முஹம்மதுவின் வாகனம் அபுதாபிக்குப் பறந்தது!

வந்தவருக்கென்று ஒரு வாகனம் அவர் இறங்கிய இடத்தில் நிறுத்தப் பட்டிருந்தது. அதில் அவர் திருப்பி அழைத்துச்செல்லப்பட்டார்!

ஆகவே நண்பர்களே! ஒவ்வொரு விற்பனை நேர்காணலுக்கு முன்பும் இடம், பொருள், காலம் என்று பல பரிமாணங்களில் திட்டமிட வேண்டியிருக்கிறது. நம்மை மிகச் சரியாக, துல்லியமாக தயாரித்துக் கொள்ள வேண்டியிருக்கிறது. தளவாடங்களைச் சேகரிக்க வேண்டி இருக்கிறது.

இதில் ஒன்றையும் செய்யாமல் ஒரு விற்பனையாளர் விற்பனை நேர்காணலுக்குச் சென்றால் எத்தகைய விளைவு உண்டாகும் என்பதை நீங்களே நினைத்துப் பாருங்கள்.

பல வியாபார நண்பர்கள் என்னிடம் தங்களது விற்பனைப் பிரதிநிதிகளும், மேலாளர்களும் சரியாக விற்பனை செய்வதில்லை என்று குறை கூறுகிறார்கள்.

இதற்கு முதற் காரணம் சரியான இலக்குகளோ, தயாரிப்புகளோ, செயல்முறைத் திட்டங்களோ, தளவாடங்களோ உண்டாக்கப்படாது தான் என்று நான் தீர்மானமாகக் கூறுவேன்.

முதல் கட்டமாக இவை சரியாக இருந்தால்தான் நீங்கள் ஒரு விற்பனை நேர்காணலுக்குச் செல்ல வேண்டும். இவை இல்லாவிட்டால் நேர்காணலைத் தள்ளிப்போட்டு தயாரிப்பு சரியான பின் நேர்காணலுக்குச் செல்லுங்கள்.

10

விற்பனை நேர்காணல் - படி 2

தொடக்கநிலை தாக்கம்

(opening impact)

ஒரு விற்பனை நேர்காணல் அல்லது ஒப்பந்தப் பேச்சு வார்த்தை சரியான முறையில் நடக்க வேண்டுமென்றால் அதன் தொடக்கத்தில் நாம் கொடுக்க வேண்டிய தாக்கம் மிக முக்கியமானது.

ஆங்கிலத்தில் இதைக் குறிப்பிடுகையில் First Impression is the best Impression என்பார்கள்.

ஒருவருடனான சந்திப்புக்கு நுழையும்போதே நமது தோற்றம் அவரிடம் ஒரு நல்ல தாக்கத்தை ஏற்படுத்த வேண்டும். நமது வாடிக்கையாளர் பண்புக்கேற்றவாறு நமது தோற்றப் பொலிவு அமைய வேண்டும்.

சிலர் மிகவும் உயர் மட்டநிலையில் வியாபாரம் நடத்துபவர்களாக இருப்பார்கள். எதிலும் ஒரு 'ஸ்டைல்' பராமரிப்பவர்களாக இருப்பார்கள். இவர்களது அலுவலகம் மிகவும் உயர்தர ஃபர்னிச்சர்களால் அலங்கரிக்கப்பட்டிருக்கும். பணிபுரிபவர்களும் நல்ல உடை அணிந்து நேர்த்தியாகக் காணப்படுவர். இத்தகையவர் களைக் காணச் செல்லும்போது, நாம் நமது

உடைகளில் அதிக கவனம் செலுத்த வேண்டும். முடியுமானால் கோட், டை அணிந்து செல்லலாம்.

ஷேவ் செய்யாத முகம், சரியாக வாரப்படாத தலைமுடி, கசங்கிய உடைகள் இத்தகைய வாடிக்கையாளர்களை முகம் சுளிக்கவைக்கும்.

தொடக்கத்திலேயே ஒப்பந்த அல்லது விற்பனைப் பேச்சுவார்த்தைகளில் சறுக்கல்கள் ஏற்படும்.

எனக்குத் தெரிந்த ஒருவர் தனது வேலைக்காக ஒரு நிறுவனத்தில் விண்ணப்பம் செய்திருந்தார்.

அந்த நிறுவனத்தின் மேலாளரோ எல்லா விஷயங்களிலும் ஒழுக்கத்தினை எதிர்பார்ப்பவர். தலை முடியை மிக நீளமாக வளர்த்திருந்தாலோ, சரியாக வாரப்படாதிருந்தாலோ அவருக்கு அறவே பிடிக்காது.

நான் குறிப்பிட்ட நபர் நீண்ட தலைமுடி, முள்ளு முள்ளாக தாடி சகிதம் நேர்காணலுக்குச் சென்றார். நல்ல தகுதிகள் இருந்தும் தொடக்க நிலைத் தாக்கத்தில் வலுவிழந்து போனதினால் நல்ல வாய்ப்பை இழந்தார்.

அது மட்டுமல்ல நாம் சந்திப்புக்குக் கொண்டு செல்லும் ஆவணங்கள், சாம்பிள்கள் எல்லாம் ஒழுங்கான முறையில் 'சேல்ஸ்கிட்'டுக்குள் அடக்கப்பட்டிருக்கவேண்டும்.

ஏனென்றால் நாம் ஒரு நல்ல தகவலை முன் வைக்கும்போது, அது குறித்து உடனே நமது பையிலிருந்து எடுத்துக் காண்பிக்கத் தகுந்த வகையில் சரியாக அடுக்கப்பட்டிருக்கவேண்டும்.

வாடிக்கையாளர் முன்னிலையில் அத்தனை பேப்பர்களையும் கொட்டி அதிலிருந்து நாம் காண்பிக்க வேண்டியதைத் தேடிக் கொண்டிருந்தால், அது எத்தகைய எதிர்மறை விளைவை உண்டாக்கும் என்று சற்று சிந்தித்துப் பாருங்கள்.

அல்லது காண்பிக்க வேண்டிய 'சாம்பிள்' சற்று நெளிந்தோ, லேபிள் கிழிந்தோ காணப்பட்டால் காண்பவருக்கு அதில் ஆர்வம் உண்டாகுமா?

ஒருமுறை நான் ஒரு கன்சல்டண்டாக எனது க்ளயண்ட்டின் மேலாளரோடு, அவர் தங்களது புதிய தயாரிப்பை சந்தைகளில் அறிமுகம் செய்வதைக் காணச் சென்றிருந்தேன்.

அவரது பிரதிநிதி தாங்கள் புதிதாக இறக்கிக் கொண்டிருந்த ஒரு சலவை சோப்பை அறிமுகப்படுத்தும் விதமாக தன் பாக்கெட்டிலிருந்து ஒரு சாம்பிளை கடைக்காரர் முன் வைத்தார்.

அந்த சாம்பிள் சோப் லேபிள் கிழிந்து, பல கடைகளில் காண்பித்ததால் மக்கி இருந்தது. கடைக்காரர் இதைக் காணும்போது ஆர்வம் கொள்வாரா?.

மேலும் அது சம்பந்தமான விளம்பர விவரங்கள் ஏதும் காண்பிப்பதற் கில்லை அவரிடம். உடனே அவரது மேலாளர் தனது 'டேப்லெட்'டில் விளம்பர வீடியோ உள்ளது என்று சொல்லி காருக்கு ஓடினார்.

அதைக் கொண்டுவந்து ஆன் செய்து காண்பிக்க எத்தனித்தார், ஆனால் அது சரியாய் வேலை செய்யவில்லை!

இதையே ஒரு உதாரணமாக வைத்து அவர்களது விற்பனை பிரதிநிதி களுக்கு நான் அளித்த விற்பனை பயிற்சியில் ஒரு 'சேல்ஸ் கால்' தோல்வியுறுவதற்கு என்னென்ன காரணங்கள் உண்டு என்று விளக்கினேன்.

தொடக்கநிலைத் தாக்கத்துக்கு ஆயத்தம் செய்து கொள்வது இத்தனை முக்கியமானது.

சரி, குறிப்பிட்ட தயார் நிலைக்கு வந்தாகிவிட்டது. ஆனால் வாடிக்கை யாளரிடம் எப்படி ஒரு வலுவான அபிப்பிராயத்தை உண்டாக்கும்படி தொடங்குவது?

பொதுவாக விற்பனை தொடக்கத்தில் விற்க வருபவருக்கும் சரி, வாங்க இருப்பவருக்கும் சரி முதலில் ஒரு இறுக்கம் இருக்கத்தான் செய்யும்.

விற்பவருக்கு சரி, வாங்குபவருக்கு ஏன் டென்ஷன்? அவர் வாங்க வேண்டும் என்று ஒரு கட்டாயமும் இல்லையே என்கிறீர்களா?

விற்பவர் எப்படி தனது டார்கெட்டை முடிப்பதில் கண்ணாயிருக்கிறாரோ அதேபோல வாடிக்கையாளரும் தனது தேவைக்கு ஏற்ப சரியான பொருள் சரியான அளவில் சரியான விலையில் தனக்குக் கிடைக்க வேண்டுமே என்று சற்று அழுத்தத்தில்தான் இருப்பார்.

எனவே தொடக்க நிமிடங்களில் கொஞ்சம் ரிலாக்ஸ் ஆக பேச முற்பட்டால் இருவருக்குமே அது நன்மை தரும்.

இருவரும் முன்பே நன்கு பரிச்சயப்பட்டவர்கள் ஆக இருந்தால் சில பர்சனல் விஷயங்களில் பேச்சைத்தொடங்கலாம். ஆனால் இதிலும் மிக எச்சரிக்கையாக இருக்கவேண்டும்.

நினைவில் கொள்ளுங்கள்! நாம் தொடங்கும் முதல் வாக்கியம்தான் நமது பேச்சுவார்த்தையின் விதியை நிர்ணயிப்பதில் முக்கியப் பங்கு வகிக்கப்போகிறது.

தொடக்க வாக்கியம் மந்தமாகவோ, பொலிவிழந்தோ, பலவீனமாகவோ இருந்தால் பேச்சுவார்த்தையின் போக்கு, திசை மாறிவிடும்.

அனாவசியமான தேவையில்லாத தொடக்க வாக்கியங்கள் குறிக்கோளில்லாமல் வழி தவறி இலக்கை எட்டாததுடன் மட்டுமில்லாமல் வாடிக்கையினருக்கு நம் மீது ஒரு தவறான அபிப்பிராயத்தைக் கொடுத்துவிடும்.

எனக்குத் தெரிந்த ஒரு விற்பனை மேலாளர் பேச்சுவார்த்தை தொடங்குகையில் ஒரு சகஜமான சூழ்நிலையில் தொடங்குவதாக நினைத்து ஒரு குறிப்பிட்ட அரசியல் கட்சியைப் பற்றி ஒரு கசப்பான அபிப்பிராயத்தோடு ஆரம்பித்தார்.

அவருக்கு தெரியாது... கேட்ட வாடிக்கையாளர் அந்தக் கட்சியின் தீவிர ஆதரவாளர் என்பது. வாடிக்கையாளரின் உள்ளத்தை அது தைக்க, விற்க வந்தவரும் 'குபீரென்று ஜகா வாங்க' முடியாமல் வாதப் பிரதிவாதங்களில் இறங்கிவிட்டார்.

பின் என்ன? ஒப்பந்தப் பேச்சு திசைமாறிப் போச்சு!

வேறொரு விற்பனையாளர் நட்பு ரீதியில் சில நல்ல வாக்கியங்களில் தொடங்குகிறோம் என்று நினைத்து ஒரு வாடிக்கையாளரின் மகளது திருமணத்தைப் பற்றி ஆரம்பித்தார்.

ஆனால் அவருக்குத் தெரியாது, அந்தப் பெண் அந்தக் குடும்பத்துக்கு இஷ்டமில்லாத பையனை யாருக்கும் தெரியாமல் ஓடிப்போய் ரெஜிஸ்டர் கல்யாணம் செய்துகொண்டுவிட்டாள் என்பது. அந்தத் தொடக்கம் எங்கே அவரைக் கொண்டு விட்டிருக்கும் என்பதை உங்கள் கற்பனைக்கே விட்டுவிடுகிறேன்.

வேறு ஒரு புத்திசாலி, வாடிக்கையாளரின் 'நலம் விரும்பி' என்று காண்பித்துக்கொள்ள, 'என்ன சார், உங்களுக்கு ஷுகர் இருக்குன்னு கேள்விப்பட்டேன். இப்ப கண்ட்ரோல்ல இருக்குதா?' என்று கேட்டுத்தொலைத்தார்!

வாடிக்கையாளர் அதை யாருக்கும் தெரியாமல் வைத்திருந்தார்.

அவசரப்பட்டு விற்பனையாளர் அவரது வியாதியைப்பற்றி பேசவே வாடிக்கையாளர் மனம் நொந்து சட்டுபுட்டென்று பேச்சுவார்த்தைகளை ஒரு வழிக்கும் வராமல் முடித்துவிட்டுச் சென்றுவிட்டார்.

ஏனென்றால் அன்று அவருடன் அவரது சம்பந்தியும் அங்கிருக்க அவர் முன்னிலையில் இவர் அவரது சர்க்கரை வியாதியைப் பற்றிய பேசியது அவர் மனதை புண்படுத்தியதாம்!

என்னைப் பொறுத்தமட்டில் அதிக பீடிகை இல்லாமல், சற்று நட்பு ரீதியானமுறையிலும் அதிகம் தொழில் ரீதியான முறையிலும்

கேட்பவரின் ஆர்வத்தைத் தூண்டும் முறையிலும் உண்டாக்கப்படும் தொடக்க வாக்கியங்கள் நன்மை பயக்கும்.

உதாரணமாக ஒரு புதிய தயாரிப்பை சந்தையில் இறக்க முனையும் போது வாடிக்கையாளரிடம், 'இதோ உங்களது விற்பனையையும், லாபத்தையும் கூட்டக் கூடிய ஒரு புதிய முயற்சி!' என்று தொடங்கினால் உடனே அது மற்றவரின் ஆர்வத்தைக் கிளறிவிடும்.

'நான் சென்ற முறை தங்களைச் சந்தித்தபோது உங்கள் நுகர்வோரின் ஒரு முக்கியமான தேவையைக் குறிப்பிட்டிருந்தீர்கள். இதோ! நீங்கள் ஆலோசனை கொடுத்ததைக் கொண்டு, நாங்கள் கொண்டு வந்திருக்கும் புதிய திட்டம்!' என்று தொடங்கினால் அவரும் நமது பேச்சின் ஆரம்பத்திலேயே இன்வால்வ் ஆகிவிடுவார்.

பல வருடங்களுக்கு முன் 1980களில் நான் ஹார்லிக்ஸில் பணிபுரிந்து கொண்டிருந்தபோது நாங்கள் முதன் முதலாக ஹார்லிக்ஸ் பிஸ்கட்டை அறிமுகப்படுத்தினோம்.

வழக்கமாக நாங்கள் விநியோகிக்கும் விற்பனைச் சேனல்களைத் தவிர புதிதாக இரண்டு சேனல்களை அணுகத் தீர்மானித்தோம்.

அவை பரவிக் கிடக்கும் டீக்கடைகள் மற்றும் பார்மஸிகள். டீக்கடைகளில் அப்போதெல்லாம் பிராண்டட் பிஸ்கட்களை விற்கும் பழக்கம் இல்லாதிருந்தது.

நாங்கள் முதல் முதலாக அங்கே நுழைந்தபோது உபயோகித்த தொடக்க வாக்கியம், 'உங்கள் கடைக்கு வருகின்றவர்களுக்கு 30 ரூபாய் கொடுத்து (அதிர்ந்துவிடாதீர்கள்! அது ஹார்லிக்ஸின் அன்றைய விலை!) ஹார்லிக்ஸ் வாங்கிக் கொடுக்கக் கூடிய வருவாய் இல்லாதிருந்தாலும், ஒன்றரை ரூபாய் கொடுத்து இந்த ஹார்லிக்ஸ் பிஸ்கட் வாங்கிச் சாப்பிட்டால் அதன் பலன், திருப்தி கிடைக்குமல்லவா?

அதே போல் மெடிக்கல் ஷாப்பில் நாங்கள் இதே தொடக்க வாதத்தை முன் வைத்தோம். 'உங்கள் கடைக்கு மருந்து வாங்க வருமானம் மிகக் குறைந்தவர்களும் வருவதுண்டல்லவா? அவர்களுக்கு ஒன்றரை ரூபாயில் ஹார்லிக்ஸின் குண நலன்கள் கிடைக்கும்போது அவர்கள் கட்டாயமாக வாங்குவார்கள் அல்லவா'.

முதன் முதலாக பிராண்டட் பிஸ்கட்கள் டீக்கடைகளிலும், மருந்து கடைகளிலும் நுழைந்த வரலாறு இதுதான்!

தொடக்க வாக்கியத்தின் தாக்கங்களைப் பற்றி எழுதுகையில் ஒரு மிக வித்தியாசமான தொடக்கம் -

ஒரு இன்ஷுரன்ஸ் கம்பெனி ஏஜென்ட் கையாண்ட விதம் என் நினைவுக்கு வருகிறது.

இவரது தொடர்ந்த வெற்றிகளைக் கண்ட இவரது மேலாளர் இதைப் பற்றி வினவ அவர் கூறியது மேலாளரை (இதைப் பற்றிக் கேள்வியுற்ற என்னையும்) வியப்பிலும், அதிர்ச்சியிலும் ஆழ்த்தியது.

இந்த ஏஜென்ட் உபயோகித்த வழி இதுதான். இவர் தெரிந்தவரோ அல்லது தெரியாதவரோ இறந்துவிட்டால் அவரது சவ ஊர்வலத்தில் பங்கேற்பாராம். கூடச்செல்பவர்களிடம் பேச்சுக்கொடுத்து, 'மிக வருத்தமாக இருக்கிறது, இவரது குடும்பம் எப்படி சமாளிக்கப் போகிறதோ? இவர் குறைந்த பட்சம் ஒரு இன்ஷுரன்ஸ் பாலிஸியாவது எடுத்திருந்தாரா?' எனச் சாதாரணமாகக் கேட்பாராம்.

இல்லையென்றிருந்தால் 'அடடா! இந்த இக்கட்டான நிலையில் அது இருந்திருந்தால் குடும்பத்துக்கு உதவியாக இருந்திருக்குமே!' என்று பச்சாதாபப்படுவாராம்.

அவரது விளக்கம் என்னவென்றால் அந்த அழுத்தமான தருணத்தில் எய்யப்படுகின்ற அந்த வாக்கியம் மிகுந்த தாக்கத்தை மற்றுள்ளவர் களிடம் ஏற்படுத்துகின்றது என்பதாம். புறப்படுகையில் உரையாடியவர் களிடம் தனது விசிட்டிங்கார்டை கொடுத்துவிட்டு வருவாராம்.

அவரது கணக்கில் குறைந்தபட்சம் 25% பேர்கள் அவரைத் தொடர்பு கொண்டனராம் பாலிஸிக்காக!

இது ஒரு விசித்திரமான ஓப்பனிங்!

அதாவது ஒரு நபரின் 'க்ளோஸிங்' இவருக்கு 'ஓப்பனிங்' ஆகிவிடுகிறது!.

கிரிக்கெட் விளையாட்டில் கூட 'ஓப்பனிங் ஜோடி' பலமாக இருந்தால்தான் ஆட்டம் களைகட்டி அந்தக்குழு வெற்றியை எட்ட ஏதுவாகிறது.

ஓப்பனிங் விக்கெட்கள் மளமளவென்று சரிந்தால், அதுவே மனவியல் ரீதியாக மற்ற பேட்ஸ்மேன்களை அழுத்தத்தில் ஆழ்த்தி நிலைகுலையச் செய்துவிடுகிறது.

ஆகவே நேர்காணலில் மிக முக்கியமானது 'ஓப்பனிங்'. நண்பர்களே இந்த 'ஓப்பனிங்'விதிகளை நன்கு தெரிந்துகொள்ளுங்கள், பலவிதமான ஓப்பனிங் வாக்கியங்களைப் பழகிப் பாருங்கள். அவற்றை உபயோகப்படுத்தும்போது கேட்பவரின் கண்களை தன்னம்பிக்கையுடன் தைரியமாக நோக்குங்கள். பிறகு என்ன?

வெற்றியை நோக்கி ராஜ நடைதான்!.

11

விற்பனை நேர்காணல் - படி -3
விவரங்களை வழங்கும் கலை

ஆங்கிலத்தில் இதை பிரசண்டேஷன் (Presentation) என்பார்கள்.

சரி, இதைப்பற்றிப் பேசுவதற்கு முன்பு ஒரு சிறிய பரிசோதனை செய்து பார்ப்போமா?

நான் கூறுகிறபடிச் செய்யுங்கள்.

நான் சொல்பவற்றை உங்கள் மனக்குதிரையைத் தட்டிவிட்டு உங்கள் மனக்கண்களில் காண முயலுங்கள்!

கடுங் கோடை வெயில் மண்டையைப் பிளக்கிறது. நீங்கள் ஒரு சாலையில் நடந்து சென்று கொண்டிருக்கிறீர்கள். உங்கள் நாக்கு வரண்டு கொண்டிருக்கிறது.

திடீரென உங்கள் பாதையில் ஒரு மரம்! அதுவும் ஆரஞ்சு மரம்!

அதில் கைக்கு எட்டும் உயரத்தில் நன்கு கனிந்த ஆரஞ்சு பழங்கள் பழுத்துத் தொங்கிக்கொண்டு இருக்கின்றன!

அவைகள் உங்களை 'வா, வா' என்று அழைப்பன போல் தென்படுகின்றன. தடுப்பதற்கு அங்கு

யாரும் இல்லை. நீங்கள் ஒரு பழுத்த பழத்தைப் பறிக்கிறீர்கள். அதன் தோலை உறிக்கிறீர்கள். சுளையைச் சாப்பிடுகிறீர்கள். பழத்தின் சாறு ஒவ்வொரு சொட்டும் உங்கள் வாயில் நுழைந்து நாவில் தெறிக்கிறது! ஆனந்தமாக அச்சாறை விழுங்குகிறீர்கள்! அக்கடும் வெயிலில் அப்பழச்சாறு பரமானந்தத்தை உங்களுக்குத் தருகிறது.

சற்றே நில்லுங்கள்!

நடப்பு உலகத்துக்கு வாருங்கள்.

இப்போது என் கேள்விக்குப் பதில் சொல்லுங்கள். படிக்கும் உங்கள் நாவில் உமிழ் நீர் சுரந்து திரண்டு வருகிறதா?

அப்படியானால் நமக்குள் ஒரு கருத்துப்பரிமாற்றம் நிகழ்ந்து இருக்கிறது என்று பொருள்.

இதைத்தான் skill of Presentation என்று குறிப்பிடுவார்கள்.

வேறொரு வகையில் இதை விளக்குகிறேன்.

ஒரு திருமணத்திற்கோ அல்லது விழாவிற்கோ செல்கிறோம். வெறும் கையுடனா செல்கிறோம்?

கொடுப்பதற்கு ஒரு பரிசோடு செல்கிறோம்.

அப்பரிசையும் அப்படியே வாங்கியது வாங்கியபடியா கொடுக்கிறோம்? உதாரணத்திற்கு ஒரு எலெக்ட்ரானிக் சாதனம் வழங்குகிறோம் என்று வைத்துக்கொள்ளுங்கள். அதைச் சரியான முறையில் பேக்கிங் செய்து, கிஃப்ட் ராப்பிங் செய்து, ஒரு வாழ்த்து அட்டையை ஒட்டி ‘நீட்’ டாக அல்லவா வழங்குகிறோம்!

பூக்களைக் கொடுப்பது என்றால்கூட அதை அழகான ‘பொக்கே’வாக்கி வாழ்த்து அட்டையுடன் அல்லவா கொடுக்கிறோம்! அதுபோல நாம் வழங்க இருக்கும் வியாபார சலுகை அல்லது பேர விவரங்களை நன்கு அலங்கரித்து வழங்கும் கலைதான் ‘ப்ரெசென்ட்டேஷன்’

இவ்விவரங்களை முதலில் நான் குறிப்பிட்டிருந்த திட்டமிடுதல், தயாரிப்பு நிலையிலேயே நாம் நன்கு உண்டாக்கி இருக்கவேண்டும்.

நாம் விற்க இருக்கும் ஒரு தயாரிப்பிலோ அல்லது சேவையிலோ உள்ள ஒவ்வொரு அம்சத்தையும், அதன் விளைவாக எழும் பயன்களையும் அழகாகப் பட்டியலிட வேண்டும் .

உதாரணமாக ஒரு ரெப்ரிஜிரேட்டர் விற்கிறோம் என்று வைத்துக் கொள்வோம்.

சந்தையில் கணக்கற்ற நிறுவனங்கள் தங்களது தயாரிப்புகளை தினம் கொட்டிக்கொண்டு இருக்கின்றன.

அவற்றில் இல்லாத சிறப்பு அம்சம் நாம் தயாரிக்கும் ஃப்ரிட்ஜில் இருந்தால் ஒழிய வாடிக்கையாளர்கள் நம் தயாரிப்பை ஏறெடுத்தும் பார்க்க மாட்டார்கள்.

எனவே நமது தயாரிப்பின் USPக்களை (UNIQUE SELLING PREPOSITIONS) நாம் இப்போது பட்டியல் இடுவோமா?

அம்சங்கள்	பயன்பாடுகள்
1. மூன்று கதவுகள் / அதிக உள்ளறைகள்	வகை வகையான பொருள்களைப் பாதுகாத்தல்
2. பிரீசர் மிகவும் தாழ்ந்தநிலை	அதிகம் உபயோகப்படுத்தும் பொருள்கள் மேற்புறம் இருப்பதால்,குனிந்து வளைந்து முதுகை ஒடித்துக்கொள்ள வேண்டாம்.
3. குறைந்த மின்சாரத்தில் வேலை	மின் கட்டண சேமிப்பு
4. நகரத்திலேயே அதிகமான சேவை நிலையங்கள்	உறுதியான தரமான சேவை

இவ்வாறாக அம்சங்களை அடுக்கி அதன் லாபங்களைப் பட்டியலிட்டுக் காட்டவேண்டும்.

இவ்வாறு செய்யும்போது கேட்பவரின் எண்ணங்களை நாம் செலுத்தும் திசையில் செலுத்தவேண்டும். அது எப்படி என்று கேட்கிறீர்களா?

இதை விளக்க இப்போது நான் ஒன்று செய்யப்போகிறேன். படித்துக்கொண்டிருக்கும் உங்களை வெளியே அழைத்துக்கொண்டு போகப்போகிறேன்! எங்கே? கிரிக்கெட் விளையாட்டிற்கு!

இது என்ன? விற்பனையிலிருந்து மனிதர் வேறெங்கோ தடம் மாறிச்செல்கிறாரோ என்று எண்ணுகிறீர்களா? நிச்சயமாக இல்லை.

இப்போது நாம் காண்பது ஒரு புகழ்பெற்ற வேகப்பந்து வீச்சாளர், ஒரு விசித்திரமான Field placement செய்து பந்தை வீசிக்கொண்டிருக்கிறார்.

யார் இந்த வினோதமான பௌலர்?

நீங்கள் கிரிக்கெட்டில் ஈடுபாடு உடையவராக இருந்தால், உங்கள் வயது 45க்கு மேல் இருந்தால், நீங்கள் பளிச்சென்று சொல்லி விடுவீர்கள் இது ஆஸ்திரேலியாவின் பிரபல வேகப் பந்து வீச்சாளர் டென்னிஸ் லில்லியின் மிகப்புகழ் வாய்ந்த Umbrella வியூகம்.

லில்லியின் அதிரடி உத்தி என்னவென்றால், பந்தை எப்பொழுதும் மட்டையாளரின் ஆஃப் சைடில் (வலது பக்கத்தில்) வேகமாக வீசுவது, வழக்கமாக 3 அல்லது அதிக பட்சம் 4 ஸ்லிப் ஃபீல்டர் களுக்கு பதில் 9 ஃபீல்டர்களை நிற்கவைப்பது.

பந்து ஆஃப் சைடில் வருவதால் மட்டையாளர் வலது பக்கம்தான் அதை அடிக்க முடியும், மட்டுமல்லாமல் திசைமாறும் Swinger என்ற முறையில், வீசப்படும் பந்தைத் தொட்டாலே அது மிகச் சரியாக அவனுக்கு பின் வியூகம் போட்டு நிற்கின்ற ஸ்லிப் ஃபீல்டர் கையில் தான் லட்டு மாதிரி வந்து விழும்.

இதே உத்தியைத்தான் விற்பனை பிரசண்டேஷனில் தேர்ந்த விற்பனையாளன் உபயோகிப்பான்.

அதாவது அவன் தொடுக்கின்ற வாக்கியங்கள், கேட்கின்ற வினாக்கள் அத்தனையும் வாடிக்கையாளரை ஒரு குறிப்பிட்ட திசையில் செலுத்துவதாக ஒரு வியூகம் அமைக்கும் - நமது லில்லியின் கொடை வியூகம் போல.

மகாபாரதத்தின் துரோணர் அமைத்த தாமரை வியூகத்தினின்று எவரும் தப்ப முடியாததுபோல நாம் அமைக்கும் சொல்லாட்சி வியூகத்திலிருந்து நமது வாடிக்கையாளர் தப்ப முடியாதவாறு ஒரு நல்ல வியூகம் அமைக்கவேண்டும்!

இந்த வியூகத்தின்படி வாடிக்கையாளர் தனது சொந்த அபிப்ராயங்கள், ஆசாபாசங்களிலிருந்து விற்பனையாளர் அழைத்துச்செல்லும் திசையில் திரும்ப ஆரம்பிக்கிறார்.

சரி, இப்போது மார்க்கெட்டுக்கு வருவோம்.

பல்லாண்டுகளுக்குமுன் நான் சந்தித்த ஒரு குறிப்பிட்ட வாடிக்கையாளர் ஹார்லிக்ஸை விற்பவர், ஆனால் சாக்லேட் ஹார்லிக்ஸை விற்க மறுத்தவர்! என் கீழ் பணி செய்த சேல்ஸ் ஆபீசர் பலமுறை முயன்றும் அதை அவரால் அறிமுகப்படுத்த இயலவில்லை.

நான் எனது வியூகத்தை அமைத்தேன்.

'சார் உங்கள் சூப்பர் மார்க்கெட்டிற்கு வரும் நுகர்வோர் ஹார்லிக்ஸை வாங்குவது அதன் ஊட்டச்சத்து காரணமாகத்தானே?

'ஆம், அப்படித்தான் தோன்றுகிறது.'

'உங்களது அபிப்பிராயத்தில் சிறுவர்கள் ஹார்லிக்ஸை விரும்பிக் குடிக்கிறார்களா?'

'அது அத்தனை இல்லை என்றுதான் தோன்றுகிறது. என் வீட்டிலேயே என் பையன் வற்புறுத்திக் கொடுத்தால்தான் குடிக்கிறான்.'

'அவனுக்கு சாக்லேட் என்றால் பிடிக்குமா?'

'பிடிக்குமாவாவது? அதுதான் அவனது உணவு.'

'வெறுமே சாக்லேட்டாக தின்றுகொண்டிருந்தால் அது அவன் ஆரோக்கியத்துக்கு நல்லதா?'

'இல்லை தான். ஆனாலும்...'

'சரி, நான் ஒரு ஆரோக்கிய பானத்தில் சாக்லேட் கலந்து கொடுத்தால்...?'

'ஓ, அது நல்ல ஐடியாதான்!'

'இதோ, உங்களது சாக்லேட் ஹார்லிக்ஸ். இதன் மூலம் உங்களது நார்மல் ஹார்லிக்ஸின் விற்பனையைத் தவிர எக்ஸ்ட்ரா விற்பனை நடக்கும். காரணம் ஒரே வீட்டில் பெரியவர்கள் குடிக்க நார்மல் ஹார்லிக்ஸ், சிறுவர் சிறுமிகளுக்கு சாக்லேட் ஹார்லிக்ஸ்!'

அந்த வாடிக்கையாளரால் மறுக்கமுடியவில்லை.

இதுதான் லில்லியின் குடை வியூகம்!

நான் சொல்வதைக் குறித்து வைத்துக்கொள்ளுங்கள்!

மூன்று முறை நாம் வாடிக்கையாளரை நமது கேள்விக்கு 'ஆம்' என்று பதில் சொல்லவைத்துவிட்டோம் என்றால் அடுத்து வரும் கேள்விகளுக்கு அவரது பதில் நிச்சயமாக 'ஆம்' என்றுதான் இருக்கும்.

நாம் வாடிக்கையாளரை அல்லது அவரது எண்ண ஓட்டத்தை மாறுபட்ட கோணத்தில் திருப்புகிறோம்.

அதில் அவர் அந்தத் தயாரிப்பைக் குறித்து முன்பு கொண்டிருந்த மறுப்புகளை, வேண்டா வெறுப்புகளை மறக்க வைக்கிறோம், நமது குறிக்கோளை எட்டுகிறோம்!

அதே சமயத்தில் வாடிக்கையாளரை நாம் ஏமாற்றவும் இல்லை, நல்ல விற்கக்கூடிய பொருளைத்தான் விற்கிறோம்!

இப்போது புரிகிறதா ஏன் நான் கிரிக்கெட்டுக்குள் நுழைந்தேன் என்பது?

தடாலடி வழங்குமுறை (Dashing Presentation)

விவரங்களை வாடிக்கையாளருக்கு வழங்குவதில் ஒருமுறை மிகத் தடாலடியாக (Dashing Presentation) வழங்க முற்படுவது.

இவ்வாறு செய்வதால் என்ன நன்மை என்றால் கேட்பவர் அரை உறக்கத்தில் இருந்தாலும் அவரை தட்டி எழுப்பிக் கேட்கச்செய்யும்.

நான் முன்பு கேரளத்தில் எவ்வாறு விநியோகத்தைக் கூட்டுவதற்குப் புதிதாக 16 விநியோகஸ்தர்களை நியமித்தேன் என்று விளக்கியிருந்தேன் அல்லவா?

அப்படி அதிரடியாக பழைய விநியோகஸ்தர்களின் மார்க்கெட்டைத் துண்டித்து புதிய விநியோகஸ்தர்களை நியமிப்பது என்பது அன்று ஹார்லிக்ஸ் கம்பெனியின் அகராதியில் இல்லாதிருந்தது.

அன்றிருந்த மேனேஜ்மெண்ட் மிகவும் பழமைவாத பிடிப்பில் (Conservative) இருந்தது.

அவர்களது பயம் என்னவென்றால், ஏரியா குறைந்ததென்றால், விநியோகஸ்தரின் விற்பனை டர்ன் ஓவர் குறையும். அதனால் நம் கம்பெனியின்மீது அவருக்கு ஆர்வம் குறையும். அது நம் வியாபாரத்தைப் பாதிக்கும்.

அது மட்டுமல்லாமல் அவர் கேரளத்தில் வலிமை வாய்ந்திருந்த விநியோகஸ்தர் சங்க அமைப்புக்குச் சென்று தொலைத்தால் காரியம் இன்னும் மோசமாகி, வேலியில் கிடந்த ஓணானை தோளில் போட்டுக்கொண்ட கதையாகி விடும்.

எனவே சந்தை பிளப்பு (Area Bifurcation) என்றாலே மானேஜ்மெண்ட்டுக்கு ஒரு அலர்ஜி!

ஏதோ கசப்பு மாத்திரையை விழுங்குவது போன்ற விவகாரம்!

இந்தச் சூழ்நிலையில் நான் கேரளத்தில் 16 புதிய விநியோகஸ்தர்களை நியமிக்கும்படியான பிரசண்டேஷனை எங்கள் மானேஜ்மெண்ட்டுக்கு செய்யப்போகிறேன்!

சிந்தித்துப் பார்த்தேன். வழக்கமான முறையில் செய்யாமல் சற்று அதிரடியாக ஒரு பிரசண்டேஷனைத் தயாரித்தேன்.

முதல் ஸ்லைடில் (*Slide*) எனது பிரசண்டேஷனுக்கு ஒரு வித்தியாசமான பெயரைக் கொடுத்தேன்.

"OPERATION PARASURAM'

அடுத்த ஸ்லைடில் ஒரு படம்! அதில் பரசுராமர் ஒரு கோடாலியைக் கடலில் வீசுகிறார். கடலில் இருந்து கேரளம் மேலே வருகிறது!

பார்த்துக்கொண்டிருந்த மேல் மட்ட அதிகாரிகளுக்கு ஒரே வியப்பு!

என்ன சொல்ல வருகிறான் இவன் என்று!

நான் மெல்லப் பேசத்தொடங்கினேன். 'அன்று பரசுராமர் தன் கோடாலியைக் கடலில் வீசினார். கேரளம் தோன்றியது. இன்று நான் புதுமை மிக்க கோடாலி ஒன்றை வீசப்போகிறேன். (அதாவது Area bifurcation என்ற கோடாலி) அதனால் புதிய விநியோகஸ்தர்கள் கேரளத்தில் தோன்றி அதை விரிவுபடுத்தப்போகிறார்கள்! அதாவது நமது தயாரிப்பின் விநியோகத்தைப் பன்மடங்கு கூட்டப்போகிறார்கள்!' என்று சொல்லி நிறுத்தினேன்.

உயர் அதிகாரிகள் அனைவரும் கண்களை அகல விழித்து நிமிர்ந்து உட்கார்ந்தார்கள்.

நான் எதிர்பார்த்த மின்சார விளைவு எனக்குக் கிட்டியது.

அதற்குப்பின் நான் கூறிய வழிமுறைகள், எனது புள்ளி விவரங்கள், செய்திருந்த முன்னேற்பாடுகள் இவற்றை எல்லாம் விவரித்தபோது ஒரு சில கேள்விகள் கேட்டு அவற்றை உறுதிப்படுத்திக்கொண்டார்களே தவிர என் உத்திக்கு ஒரு மறுப்பும் கூறாமல் எனது திட்டத்தை முழுமையாக ஆமோதித்தார்கள்.

அதுமட்டுமல்ல, அன்று முதல் என்னை பரசுராமன் என்றே அழைக்கத்தொடங்கி விட்டார்கள் என்றால் பார்த்துக்கொள்ளுங்களேன்!

நானும் ஹார்லிக்ஸின் சரித்திரத்தில் ஒரு புதிய சகாப்தத்தை வடித்தேன்.

எனது பரிசோதனையை ஒரு உதாரணமாக வைத்து அதேபோல் மற்ற மார்க்கெட்டுகளிலும் Bifurcation செய்யத்தொடங்கினார்கள்.

கம்பெனி வரலாற்றில் யுக மாற்றம் ஒன்று நிகழ்ந்தது. எனது பெயரும் ஹார்லிக்ஸின் வரலாற்றுப்பக்கங்களில் இடம் பெற்றது.

இதேபோல் துபாயில் பணிபுரியும் காலத்திலும் நான் செய்த வித்தியாச மான ஒரு பிரசண்டேஷன் என் நினைவுக்கு வருகின்றது.

அது நான் என் நிறுவனத்தின் மானேஜிங் டைரக்டருக்கு செய்து காண்பித்தது.

நாங்கள் எங்கள் நிறுவனத்தின் அடிப்படை வசதிகள் பலவற்றை ஆய்வு செய்தபோது அன்று விரிந்து வரும் நவீன மார்க்கெட் நிலவரத்துக்கேற்ப எங்களது வசதிகள் போதாது என்பதைக் கண்டுபிடித்தோம். அவற்றைப் பெருக்குவதற்கும் மேலும் எங்களது வழிமுறைகளையும் விற்பனை உத்திகளையும் மாற்றி அமைப்பதற்கும் அறிவுரைகளை வழங்கினோம்.

துரதிர்ஷ்டவசமாக உலகளாவிய அளவில் அன்று வல்லரசு நாடான அமெரிக்காவின் பொருளாதார நிலைமை அதல பாதாளத்தில் சரிந்து அவ்வீழ்ச்சி மற்ற நாடுகளிலும் ஒரு தொற்று நோய்போல் பரவி ஐரோப்பா போன்ற முன்னேற்றமடைந்த நாடுகளின் வளர்ச்சியையும் ஒரு கை பார்த்துவிட்டு மத்தியத் தரை நாடுகளை உலுக்கியிருந்த காலம்!

எனவே எங்களது நிதித்துறையினர் செலவுகளைக் கட்டுப்பாட்டில் வைத்திருக்க முனைந்தனரே தவிர, புதிதாக முதலீடுகளைக் கூட்டுவதில் ஆர்வமில்லாதவராக இருந்தனர்.

நாங்கள் இந்த நடுத்தர மனப்பான்மையை மாற்றி முற்போக்கு மனப்பான்மையுடன் அதிர்வேக நடவடிக்கைகளை எடுத்து அந்தத் தேக்கத்திலிருந்து விற்பனையை மேலெழும்பச்செய்ய நினைத்தோம். எங்களது எம்.டி.க்கு ஒரு ஸ்ட்ராங்க் பிரசண்டேஷன் கொடுக்கத் தீர்மானித்தோம்.

அதற்கு ஒரு புதிய கோணத்தை நான் கொண்டுவர யோசித்தபடியே எனது அறையின் ஜன்னல் கண்ணாடி வழியாகப் பார்த்துக் கொண்டிருந்தபோது எதேச்சையாக என் கண்கள் பார்க்கிங்கில் நிறுத்தப்பட்டிருந்த எங்களது எம்.டி.யின் ஸ்போர்ட்ஸ் மாடல் மெர்ஸிடஸ் காரின் மீது விழுந்தன.

ஏன், இதையே ஒரு 'கான்செப்ட்' ஆக வைத்து ஒரு Dashing Presentation ஐ உண்டாக்கக் கூடாது? என்ற எண்ணம் என் மனதில் அலை மோதியது. உடனே செயல்பட்டேன்.

அந்தக் காரை படம் பிடித்து முதல் ஸ்லைடில் இட்டேன். அதன் ஒவ்வொரு பாகத்தையும் ஒவ்வொரு தலைப்பாக்கினேன்.

அதன் உலகத்தரம் வாய்ந்த எஞ்சின், எங்களது உலகத்தரம் பெற்ற, ஐரோப்பாவிலும், அமெரிக்காவிலும் கொடிகட்டிப்பறக்கின்ற நுகர்வோரின் நம்பிக்கையைப்பெற்ற தயாரிப்புகள் ஆயின.

அதன் ஸ்பெஷல் டயர்கள் எங்களது விற்பனைப் பிரதிநிதிகளின் நிபுணத்துவம், விநியோக வசதிகள் ஆயின.

அதன் நவீன ஸ்டீரியோ எங்களது விளம்பர உத்திகள் ஆகின.

அதன் சொகுசான இருக்கைகள் எங்களது வாடிக்கையாளர்கள் சேவைத்தரத்தின் குறியீடாகியது.

அதன் பவர் ஸ்டியரிங் எங்களது மானேஜ்மெண்ட் திறமைகள் ஆயின.

இவ்வாறு ஒன்றன் பின் ஒன்றாக அந்த ஸ்போர்ட்ஸ் காரின் பாகங்களை எங்களது நிறுவனத்துக்கு ஒப்பிட்டு எப்படி அப்பாகங்கள் அக்காரை அதி வேகமாக இயக்கி இலக்குக்குக் கொண்டுபோய் சேர்க்கின்றனவோ அதுபோல எங்களது நிறுவனத்தின் ஒவ்வொரு அங்கத்தையும் சரியான முறையில் மாற்றியமைத்தால் அன்று இருந்த பொருளாதார நிலையிலும் எங்கள் விற்பனையை சந்தை தேக்கங்களிலிருந்து விசையுடன் முன்னேற்றி மற்ற நிறுவனங்களுக்கு ஓர் முன் உதாரணமாகத் திகழலாம் என்று அந்த பிரசண்டேஷனை வடிவமைத்தேன்.

திட்டமிட்டபடி எங்களது மேனேஜிங் டைரக்டரை சந்திப்புக்கு அழைத்தோம்.

முதல் ஸ்லைடில் அவரது செல்லக் காரைக் கண்டதும் அவர் விழிகள் அகல விரிந்தன. மகிழ்ச்சிப் புன்னகை முகத்தில் மலர்ந்தது.

அடுத்தடுத்த ஸ்லைடுகள் அவரது ஆர்வத்தைக் கிளர அவர் கேள்வி மேல் கேள்வி கேட்டு தனது ஐயங்களைத் தீர்த்துக்கொண்டார்.

காலை 10.30 க்கு தொடங்கிய பிரசண்டேஷன் சாயங்காலம் ஏழரை மணி வரை நடந்தது. அது எங்களது நிறுவனத்தில் எம்.டி.க்கு நடத்திய மராத்தான் பிரசண்டேஷன் என்று பெயர் பெற்றது.

பொதுவாக சார்ட்டர் ஃப்ளைட்டில் பறந்துகொண்டிருக்கும் எம்.டி.யை சேரில் கட்டிப்போட்டது அந்த வித்தியாசமான பிரசண்டேஷன்!

நாங்கள் கேட்ட கோரிக்கைகளில் பெரும்பாலானவை ஏற்றுக் கொள்ளப்பட்டன.

அவ்வருட முடிவில் யாரும் எதிர்பாராத இலக்கை எட்டிப்பிடித்து எங்கள் நிறுவன விற்பனை வரலாற்றிலேயே ஒரு புதிய ரெகார்டை நாங்கள் பதிவு செய்தோம்! அதுவும் Economic Recession இல் மார்க்கெட் சரிந்து கொண்டிருந்த நேரத்தில்!

எப்படி ஒரு நிறுவனம் முற்போக்கான செயல்பாடுகளை மேற்கொண்டால் எத்தகைய சூழ் நிலையிலும் வெற்றி கொள்ள முடியும் என்ற அடிப்படை தத்துவத்தை நிலை நிறுத்தி UAE மார்க்கெட்டையே ஒரு கலக்கு கலக்கினோம்!

இதைப் பகிர்ந்து கொள்ளும்போது ஒரு ஜோக் ஞாபகத்துக்கு வருகிறது. ஒரு கம்பெனியில் புதிதாகச் சேர்ந்திருந்த சேல்ஸ்மேன் அதிரடி பிரசண்டேஷன் செய்யச் சென்றதைப்பற்றிய ஜோக் அது.

ஒரு வாக்வம் க்ளீனரை விற்கச்சென்ற அந்த சேல்ஸ்மேன் அதிரடியான ஒரு காரியம் செய்தார்.

அவர், தான் விற்கப்போகும் வீட்டின் முன் அறையில் ஒரு கூடை மாட்டுச்சாணியைக் கொட்டினார்.

‘இதோ பாருங்கள் அம்மணி, அரை மணிக்குள் இந்தச் சாணத்தை எங்களது க்ளீனரைக்கொண்டு சுத்தம் செய்து காண்பிக்கிறேன். அவ்வாறு முடியவில்லை என்றால் அதை நானே தின்று விடுகிறேன்’ என்று ஒரு ஹீரோவைப்போல் சவாலும் விட்டார்.

அந்தப் பெண்மணி அலட்டிக்கொள்ளாமல் நிதானமாகச் சொன்னார், 'அப்படியானால் சரி, இதை நீங்களே தின்பதுதான் நல்லது. ஏனென்றால் இந்த ஏரியா முழுவதும் இப்போது பவர் கட்.'

சேல்ஸ்மேனின் நிலைமையை எண்ணிப்பாருங்கள்!

அவ்வாறு சேலஞ்சிங்காக செய்வதில் தவறேதும் இல்லை. ஆனால் அவர் சற்று முன்னேற்பாட்டுடன் இருந்தால் நிலைமையைச் சமாளிக்கலாம்.

அவரும், 'அம்மணி ஒரு பிரச்னையும் இல்லை. என்னிடம் பேட்டரி இருக்கிறது. செய்து காண்பிக்கிறேன்' என்று ஒரு போடு போடலாம்!

இதெல்லாம் சரி, பிரசண்டேஷன் முறையாகச் செய்வதற்கு என்னென்ன சாதனங்கள் வேண்டும் என்று கேட்கிறீர்களா?

முன்பெல்லாம் தங்கள் தயாரிப்புகளின் ஃபோட்டோக்கள், சிறப்பு அம்சங்கள், அதனால் வாடிக்கையாளருக்கும், நுகர்வோருக்கும் கிடைக்க இருக்கும் பலன்கள் போன்ற விவரங்கள் அடங்கிய ஃபோல்டர்களை உருவாக்கி அவற்றை எடுத்துச் சென்று ஒவ்வொரு பக்கமாகப் புரட்டி விவரங்களை வாடிக்கையாளர்களுக்குக் காண்பிக்கும் வழக்கம் இருந்தது.

இப்பொது டெக்னாலஜி வளர்ந்து ஒரு சிறிய 'டேப்லெட்'டில் அனைத்து விவரங்களையும் நன்றாக உண்டாக்கிவைத்து அதன் 'டச் ஸ்க்ரீன் 'உதவி கொண்டே விவரங்களை வழங்க முடிகிறது.

நாம் வழங்கும் விவரங்கள் ஒரு பொருளை விற்பதற்கு மட்டுமின்றி, ஓர் ஒப்பந்தப் பேச்சு வார்த்தையானாலும், அதற்கேற்றவாறு ஷரத்து களின் அம்சங்களையும் அதன் பலன்களையும் விவரிப்பதாகவும் இருக்கலாம்.

இவ்வாறு செய்யும்போது கேட்பவரை நாம் வழங்கும் விவரங்களைக் கூர்ந்து கவனிக்க வைக்கும் வகையில் ஒரு 'பாயிண்டரை' வைத்துக் கொண்டு நாம் முக்கியத்துவம் கொடுக்கும் ஒவ்வொரு அம்சத்திலும் அவரை 'ஃபோகஸ்' செய்ய வைக்க வேண்டும்.

இவ்வாறு செய்கையில் அவரது கவனம் சிதறுவதைத் தவிர்க்கலாம்

முன்பு ஒரு அத்தியாயத்தில் தொடர்புகொள்ளும் கலையைப் பற்றிக் கூறுகையில் மற்றவர் நாம் கூறுவதைப் புரிந்துகொண்டாரா என்று அறிய சில கேள்விகள் கேட்டு அவர் புரிந்துகொண்டதை உறுதிப் படுத்திக்கொள்ள வேண்டும் என்று கூறினேன். இப்போது அதைத் தவறாமல் செய்ய வேண்டும்.

அது இருதரப்பினருக்கும் இடையே இருக்கும் இடைவெளியைத் தவிர்க்கும். நாம் பகிர்ந்துகொள்ளும் தகவல்கள் மாறுபாடின்றி மற்றவரைச் சென்றடையும்.

இவ்வாறு நாம் வழங்க இருக்கும் விஷயங்களை நமது 'டேப்லெட்'டிலோ அல்லது 'லேப்டாப்'பிலோ ஏற்றி அது சரியாக வேலை செய்கிறதா என்பதை தெளிவு செய்துகொண்டு சந்திப்புக்குச் செல்லுங்கள்.

இதில் நான் மற்றுமொரு முன்னெச்சரிக்கையையும் கையாள்வதுண்டு. அதாவது நாம் நமது 'சிஸ்டத்தில்' ஏற்றிய விவரங்களை 'பிரிண்ட்' செய்து அதை நேர்த்தியாக 'ஃபோல்டர்'களில் அடக்கி நான் சந்திக்கின்ற வாடிக்கையாளருக்கும், அவருடன் சந்திப்புக்கு வேறு அதிகாரிகள் இருந்தால் அவர்களுக்கும் வழங்கிவிடுவேன்.

இது அவர்கள் எப்போது வேண்டுமானாலும் நான் வழங்கும் விவரங்களை எளிதில் பார்க்க அவர்களுக்கு உதவியாக இருக்கும்.

அது மட்டுமல்ல உங்களது 'லேப்டாப்' திடீரென்று சந்திப்பின் இடையில் மக்கர் செய்கிறது என்று வைத்துக்கொள்ளுங்கள், அப்போது நீங்கள் ஏற்கெனவே தயாரித்து வைத்துள்ள ஃபோல்டர் உங்களுக்கு சமய சஞ்சீவியாக உதவும் என்பதில் சந்தேகமில்லை. இது நான் கண்கூடாகப் பெற்ற அனுபவம்.

'சிஸ்டத்தை' மட்டும் முழுமையாக நம்பி நாம் 'ஹார்ட்காபி'யை மறந்து விடக்கூடாது என்ற எச்சரிக்கையாக இதை நான் கூறுகிறேன்.

மேலும் இவ்வாறு தகவல்களை வழங்கும்போது எதிர் தரப்பில் உள்ளவருடைய நம்பிக்கையை அதிகமாக்கும்படியாக நமது குரல் தன்னம்பிக்கையுடன் ஒலிக்க வேண்டும்.

கண்களை நேருக்கு நேர் நோக்கி விவரங்களை அழுத்தத்துடன் கூறவேண்டும்.

சிஸ்டத்தில் விவரங்கள் இருந்தாலும், அதைப் பார்த்துப் படிப்பது போல் விவரங்களை வழங்கக்கூடாது. அதில் உள்ள விவரங்களை நம்மனதில் முழுமையாக ஏற்றிக்கொண்டு அதை மேலும் விவரிப்பதாகவே இருக்கவேண்டுமே தவிர, வெறுமனே அதைப் பார்த்துப் படிப்பதுபோல் இருந்தால் மற்றவருக்குக் கொட்டாவி தான் வரும்! ஆர்வம் இராது!

இவ்வாறு நாம் வழங்கும்போது இடை இடையே கேட்பவர் சற்று விளக்கங்கள் கேட்கக்கூடும் அல்லது தனது கருத்துக்களைத்

தெரிவிக்கக்கூடும். நாம் அதை இடைமறிக்காமல் அவர் சொல்வதைக் குறித்துக் கொள்ளவேண்டும். உடனே அவற்றுக்கு விளக்கம் கொடுக்க முடிந்தால் கொடுப்பது நன்று.!

இல்லையென்றால், அவற்றைக் குறித்து வைத்துக்கொண்டு இது சம்பந்தமான மேலும் விளக்கங்களை உங்களுக்கு நான் 'மெயில்' செய்கிறேன் என்று கூறினால் அது கேட்பவருக்கு மகிழ்ச்சியைக் கொடுக்கும்.

சொன்னால் மட்டும் போதாது, மறக்காமல் அவர் கேட்ட விளக்கங்களை மெயிலில் அனுப்பி அவர் திருப்தி அடைந்தாரா அல்லது மேலும் ஏதாவது விவரங்கள் தேவைப்படுமா என்று தொலைபேசி மூலம் கேட்டு அவருக்கு நமது நன்னோக்கத்தைத் தெரிவிக்க வேண்டும்.

ஆகவே நண்பர்களே! விவரங்களை வெறும் இயந்திரத்தனமாகக் கடனே என்று சாதாரணமான முறையில் வழங்காதீர்கள். அவற்றை ஒரு கை தேர்ந்த பேச்சாளரோ அல்லது நடிகரோ வழங்குவதுபோல் வழங்கி உங்கள் Presentation க்கு உயிர் கொடுங்கள்!

உங்களது Presentation நல்ல படியாக அமைந்துவிட்டால் உங்களது வேலை பெரும்பாலும் முடிந்துவிட்டது என்றே கூறிவிடலாம்!

12

விற்பனை நேர்காணல் - படி - 4
ஆட்சேபணைகளை எதிர்கொள்ளுதல்:

ஒரு இளைஞன் தான் விரும்பிய பெண்ணுக்கு தன் காதலை கவிதை நயம் பொங்க கவிதையாக வடித்து அவளுக்கு ஒரு மடல் எழுதிக் கொடுத்தான்.

அவள் இந்தக் காலத்துப்பெண். அதை ரசித்தாலும் உடனே விழுந்துவிடாமல் தனது பத்து பதினைந்து அடாவடி டிமாண்டுகளைப் பட்டியலிட்டு, 'உனக்கு இந்த யோக்கியதை எல்லாம் இருக்கிறதா?' என்று பளிச்சென்று தயங்காமல் கேட்டாள்.

இதைத்தான் Sales Language இல் 'ஆட்சேபணை கள்' என்று கூறுகிறோம்.

நாம் வழங்கும் விவரங்களை எதிரில் உள்ளவர் அப்படியே ஏற்றுக்கொள்வார் என்று ஏமாளித் தனமாக நினைத்துவிடக்கூடாது.

ஒரு விற்பனையாளர் எத்தனை சாதுரியமாக தம் வாதங்களை முன் வைத்தாலும், எத்தகைய பலன்களைக்காட்டினாலும், எத்தகைய பயன்பாட்டு நன்மைகளை விளக்கினாலும், வாடிக்கையாளர்கள்

அதில்முரண்பட்டு தங்களது வாதங்களை முன்வைப்பது எதிர்பார்க்க வேண்டியதே!

ஒரு புத்திசாலியான விற்பனையாளர் தனக்கு முன்வைக்கப்படும் ஆட்சேபணைகளையே தனக்கு ஆதரவான விஷயங்களாக மாற்றக்கூடிய சமயோசித புத்தி உடையவராக இருக்க வேண்டும்.

நான் துபாயில் எங்கள் நிறுவனத்தின் மூலம் பாலாடைக்கட்டி (சீஸ்) விநியோகம் செய்து வந்தோம்.

அப்போது நாங்கள் புதிதாக அறிமுகப்படுத்திய 'சீஸ்' ஏற்கெனவே சந்தையிலுள்ள 'சீஸ்'ஐ விட மூன்று மாதங்கள் 'ஷெல்ப் லைஃப் 'குறைவாக இருந்ததை பல சூப்பர் மார்க்கெட்டுகள் ஆட்சேபணை யாகக் கூறினார்கள்.

'ஆமாம், உண்மைதான். அதற்குக் காரணம் நாங்கள் அறிமுகப்படுத்தி உள்ள 'சீஸ்' மற்றவைகளைக்காட்டிலும் அதிக புத்துணர்ச்சி உடையது. அதாவது 'ஷெல்ப் லைஃப்'ஐ கூட்ட செயற்கையான கூட்டுப் பொருள்கள் சேர்க்கப்படாதது' என்று நாங்கள் எங்கள் தரப்பிலிருந்து நியாயமான வாதத்தை வைத்து எங்கள் தயாரிப்புத் தரத்தை நிலை நிறுத்தி அவர்களது ஆட்சேபத்தை முறியடித்தோம்.

விற்பனையாளர்கள் அதிகம் சந்திக்கும் ஆட்சேபணைகள் சில, 'உங்களது தயாரிப்பு அதிக விலையில் உள்ளது!'

'ஆம்! சந்தேகமில்லாமல்! நாங்கள் உபயோகிக்கும் மூலப்பொருள்கள் இத்தகையன. அவற்றின் பலன்கள் இன்னென்ன. எங்கள் தயாரிப்புக்குப்பின்னால் நாங்கள் கொடுக்கும் ஆதரவு அம்சங்கள் அதாவது வாடிக்கையாளருக்குக் கிடைக்க இருக்கும் ஆதாயங்கள், நுகர்வோருக்குக் கிடைக்க இருக்கும் பலன்கள், சமுதாய நன்மை குறித்து எங்கள் நிறுவனம் செய்துகொண்டிருக்கின்ற சேவைகள்' என்று அடுக்கிக்கொண்டே போய் ஆட்சேபத்தை எதிர்கொள்ளலாம்.

அடுத்த ஆட்சேபணை: 'நுகர்வோர் கேட்டு வந்தால் வாங்கி வைக்கிறோம்'

இது விற்பனையாளர்களை மிகவும் சலிக்க வைக்கும் ஆட்சேபணை எனலாம்.

'நாங்கள் செலவு செய்து எங்கள் தயாரிப்புகளை ஊடகங்களில் நாங்கள் இலக்கிட்டுள்ள நுகர்வோர்கள் (Target Audience) காணும் புரோக்ராம்களில் விளம்பரம் செய்து இருக்கிறோம். அதே சமயத்தில் விளம்பரப்படுத்தப்பட்ட அப்பொருள் கடையில் 'டிஸ்பிளே'

செய்யப்படும் பொழுது நுகர்வோருக்கு தாங்கள் அந்தப் பொருளை டி.வி. யில் கண்டது நினைவுக்கு வர அவர் அப்பொருளை கட்டாயம் வாங்க வாய்ப்புண்டு. அதுமட்டுமல்ல, உங்களது டிஸ்பிளேவுக்கும் நாங்கள் மாதம் இத்தனை தருகின்றோம். எனவே நீங்கள் எங்கள் தயாரிப்பை கட்டாயம் வாங்கவேண்டும்' என்று உறுதியாகக் கூறவேண்டும்.

இதைச் சரியான முறையில் பேசி வாதித்து, குறைந்த பட்ச அளவிலாவது விற்று அப்பொருளை நுகர்வோர் காணும் வண்ணம் டிஸ்பிளே செய்தால் விற்பனையாளர், வாடிக்கையாளர் இருவருக்கும் அதில் பலன் உண்டு என்பதை வாடிக்கையாளருக்கும் புரியவைக்க வேண்டும்.

ஒப்பந்தப் பேச்சு வார்த்தைகளிலும் ஆட்சேபங்கள் வரும்போது அதை எதிர்கொள்ளச் சரியான தயாரிப்பில் இருக்க வேண்டும்.

நாங்கள் ஹார்லிக்ஸ் பிஸ்கட் சந்தையில் இறக்கியபோது ஒரு முக்கியமான விஷயத்தை கருத்தில்கொள்ள வேண்டியிருந்தது.

அது என்னவென்றால் வழக்கமாக ஹார்லிக்ஸ் விற்கும் கடைகள் தவிர ஏராளமான பெட்டிக்கடைகள், டீக்கடைகள் போன்றவைகள் அதிக அளவில் பிஸ்கட் வகையறாக்களை விற்றுவந்ததைக்கண்டோம்.

ஆனால் வழக்கமாக சந்தைக்குச்செல்லும் வேன் மூலம் அச்சிறு கடைகளை Cover செய்திருந்த விநியோகஸ்தர்கள், பெரிய கடைகளில் கூடுதல் விற்பனை உள்ளது என்பதனால் அங்கே மட்டும் அதிக கவனம் செலுத்துவதாக இருந்தார்கள்.

மேற்குறிப்பிட்ட சிறு கடைகள் விட்டுப்போவதனால் எங்களுக்கு நாங்கள் எதிர்பார்த்த பிஸ்கட் விற்பனை கிடைக்காதிருந்தது.

இந்த பிரச்னையை தவிர்க்க ஒரு புதிய உத்தியை நடைமுறைப் படுத்தினோம்.

அதாவது சிறிய பெட்டிக்கடைகள், டீக்கடைகள் போன்றவற்றிற்கு சப்ளை செய்வதற்காக என்று மட்டுமே சிறிய ஆட்டோக்களை வாங்கி உபயோகிக்குமாறு விநியோகஸ்தர்களிடம் கோரிக்கை விடுத்தோம்.

அதன்படி அவர்கள் ஆட்டோக்கள் வாங்கி கவரேஜ்கள் செய்தால் மூலதனம் கூடும் என்றும் சிறு டீக்கடைகளிலும், பெட்டிக்கடைகளிலும் வரப்போகின்ற விற்பனையால் வரும் லாபம் இந்தக் கூடுதல் மூலதனத்தை ஈடு கட்டப் போதாது என்றும் ஒரேயடியாகச் சாதித்தனர்.

நாங்கள் அவர்களை முழுவதும் நம்ப வைக்க இதற்கென்றே ஒரு R.O.I (Return on Investment) படிவம் ஒன்றைத் தயார் செய்தோம்.

அதில் மாதா மாதம் அவர்கள் எத்தனை கடைகளுக்கு எங்கள் பிஸ்கட் வகைகளை விநியோகித்தார்கள், எவ்வளவு டன் விற்றார்கள். எத்தனை லாபம் ஈட்டினார்கள். அவர்களுக்கு ஏற்பட்ட செலவு எவ்வளவு என்றெல்லாம் கணக்கெடுத்து அவர்கள் நல்ல ரிடர்ன் ஆஃப் இன்வெஸ்ட்மெண்ட் பெறுகிறார்கள் என்பதைக் காட்டி அவர்கள் ஆட்சேபத்தை மாற்றி அதையே ஒரு விற்பனை மார்க்கமாக உண்டாக்கி இருதரப்பாருக்கும் விற்பனையையும் லாபத்தையும் கூட்டினோம்.

சில ஆட்சேபணைகளை நாம் சரியான வாதங்களைக் கொண்டு சரியாக்கலாம். சில ஆட்சேபணைகளை விசுவாச ரீதியில் கூட சரியாக்கலாம்.

உதாரணத்திற்கு நான் குறிப்பிட்ட பன்னாட்டு நிறுவனத்தில் ஒரு முறை வேறு சில மாநிலங்களில் சற்று தேக்கம் ஏற்பட, அந்த அதிகப் படியான சரக்குகளை தென்மாநிலங்களுக்கு திசை திருப்பிவிட்டனர்.

இதனால் இங்குள்ள விநியோகஸ்தர்களின் சரக்கு அழுத்தம் கூட பெரும்பாலானவர்கள் வெகு பலமாக ஆட்சேபித்தனர். அதிகப் படியான சரக்குகளை ஏற்றுக்கொள்ளாமல் நிறுவனத்தின் கிடங்குகளுக்கே திருப்பி அனுப்ப முடிவு செய்தனர்.

இதை முன் கூட்டியே எதிர்பார்த்திருந்த நான் எனது எல்லைக்குட் பட்ட விநியோகஸ்தர்களை சரியானபடித் தயார்செய்தேன்.

அதாவது அவர்களது மனநிலையை முன்கூட்டியே சரியான முறையில் கையாண்டேன்.

'ஐயா, எங்கள் நிறுவனத்துடன் நீங்கள் எத்தனை வருடங்களாக வியாபாரம் செய்து வருகிறீர்கள்?

'ஒரு இருபது இருபத்தைந்து வருடங்களுக்கு மேல் ஐயா.'

'இத்தனை வருடங்களில் எங்களது தரமான விற்பனை கோட்பாடுகளால் உங்களது முதலீட்டின் மீதான வருவாய் (Return on Investment) 30%லிருந்து 36%க்குமேல் இருந்தது அல்லவா?'

'ஆம், உண்மைதான். உங்களுடைய கம்பெனி நல்ல லாபம் தந்துகொண்டிருந்த கம்பெனி என்பதை நாங்கள் மறுக்க முடியாது.'

'சரி, அடுத்த 3 மாதங்களுக்கு சற்று அதிகப்படியான ஸ்டாக் வைப்பதினால் தற்காலிகமாக R.O.I. குறையக்கூடும். இத்தகைய

நெருக்கடியான சந்தர்ப்பத்தில் எங்கள் நிறுவனத்துக்கு ஒத்துழைப்புக் கொடுத்து ஆதரிப்பது உங்களுக்குக் கொஞ்சம் கஷ்டமாக இருந்தாலும் அவ்வாறு ஆதரிப்பது உங்களது நீண்ட கால நன்மைக்கு ஏற்றதுதானே!'

இவ்வாறு அவர்களுக்கு நம்பிக்கையூட்ட அவர்களும் புரிந்துகொண்டு அனைவரும் எனக்கு முழு ஒத்துழைப்பையும் கொடுத்தார்கள். நாங்கள் குறிப்பிட்ட நெருக்கடி நிலைமையை நன்கு சமாளித்தோம்.

ஆகவே, நான் குறிப்பிட்டதுபோல 'லாயல்டி' என்ற சீட்டை சரியானபடி பயன்படுத்தினால் சில ஆட்சேபணைகளைத் தவிர்க்க முடியும்.

ஆட்சேபணைகளை எதிர்கொள்ள சமயோசித புத்தியும் மிக அவசியம். என்னென்றால் சில ஆட்சேபணைகளுக்கு பதில் அளிக்க நமக்கு சமய அவகாசம் இருக்காது.

நான் ஏற்கெனவே ஐக்கிய அரபு நாடுகளில் கொடிகட்டிப் பறந்து கொண்டிருக்கும் முக்கியமான ஹைப்பர் மார்க்கெட் கார்ஃபோரைப் பற்றியும் அவர்களது அதிரடி செயல்பாடுகளைப்பற்றியும் கூறி இருக்கிறேன்.

அவர்கள் ஒருமுறை மார்க்கெட்டை ஒரு கலக்கு கலக்கத் தீர்மானித்தார்கள். எங்களிடமிருந்த ஒரு பெரிய பிராண்ட்டில் நல்ல நுகர்வோர் சலுகை தருமாறு கேட்டார்கள். அதை பத்திரிகையில் விளம்பரம் செய்யப்போவதாகவும் சொன்னார்கள். 'எங்களுக்கு மட்டும் இந்தச் சலுகையை நீங்கள் தருவதாக இருந்தால் உங்களுக்கு எங்களது கண்டோலாக்களை குறைந்த வாடகையில் டிஸ்ப்ளே செய்வதற்குத் தருகிறோம்' என்று வாக்குறுதியும் கொடுத்தார்கள்.

அதை நம்பி நாங்களும் அவர்களுக்கு அச்சலுகையை அவர்களுக்குப் பிரத்தியேகமாகக் கொடுத்தோம்.

குறிப்பிட்ட நாளில் அந்த விளம்பரமும் வந்தது. ஆனால், எங்கள் எல்லாருக்கும் ஒரு ஷாக்! அதில் எங்களது தயாரிப்பின் விலை நாங்கள் அவர்களுக்குக் கொடுத்த விலையைக்காட்டிலும் குறைவாக இருந்தது.

மார்க்கெட்டில் ஏக குழப்பம். எப்படி கார்ஃபோருக்கு மட்டும் இத்தனை விலை குறைவாக நாங்கள் கொடுத்துவிட்டோம் என்பதாக!

கார்ஃபோருக்கு போட்டியாக இருந்த ஒரு கோவாபரேடிவ் உடனே அதே தயாரிப்பை கார்ஃபோரின் விலையைக் காட்டிலும் குறைத்து ஒரு அதிரடி விளம்பரம் கொடுத்தார்கள்.

உடனே கார்ஃபோர் மேலாளருக்குக் கோபம் மூக்கின்மேல் ஏறிற்று. எங்களை சந்திப்புக்கு அழைத்தார். எங்கள் விலைக்குக் கீழே நீங்கள் அந்த கோவாபரேடிவ்வுக்கு சப்ளை செய்தது தவறு, அதற்கு நஷ்டஈடு தரவேண்டும் என்று உச்சஸ்தாயியில் முழங்கினார்.

'நாங்கள் அவ்விதம் செய்யவில்லை. நீங்கள் உங்களை புத்திசாலி என்று நினைத்துக்கொண்டு நாங்கள் கொடுத்த விலையைக்காட்டிலும் 2 திர்ஹம் குறைத்து விற்று நுகர்வோரைக் கவர்ந்ததாக நினைத்தீர்கள். ஆனால் அந்த கோவாபரேடிவ் உங்கள் ஸ்டோரிலிருந்தே தங்கள் ஆட்களை விட்டு அத்தனை பொருள்களையும் குறைந்த விலையில் வாங்கி அதைவிட 1 திர்ஹம் குறைத்து விற்று நுகர்வோரை தங்கள் பக்கம் திருப்பி விட்டார்கள். அவர்கள் தங்கள் நெருக்கடி சமாளிப்பின் மூலம் உங்களை விழுங்கி விட்டார்கள்' என்று ஒரு போடு போட்டேன்!

மனிதர் வாயடைத்துப்போய்விட்டார்.

அந்தச் சமயத்தில், அந்த வினாடியில் நமது மூளை சரியாக வேலை செய்யவேண்டும். இல்லை என்றால் நிலைமை மோசமாகிவிடும்.

சரி, இப்போது ஆட்சேபணைகளில் எத்தனை வகை என்று பார்ப்போம்.

ஆட்சேபணைகளிலும் இரண்டு வகை உண்டு. ஒன்று நியாயமான ஆட்சேபணை. மற்றது போலியான ஆட்சேபணை. நியாயமான ஆட்சேபணை என்றால், அதற்குச் சரியான விடைகொடுத்ததும் வாடிக்கையாளர் ஒப்புக்கொண்டு ஒப்பந்தத்துக்கு சம்மதிப்பார்.

போலியான ஆட்சேபணையாயிருந்தால் நீங்கள் எத்தனை முயற்சி எடுத்து அவருக்குப் புரிய வைத்தாலும் ஒப்புக்கொள்ளாமல் எதாவது நொண்டிச் சாக்கு சொல்லி ஒப்பந்தத்தை மறுப்பார்.

ஏனென்றால் இந்த ஒப்பந்தத்தை மறுத்தே தீர்வது என்று மனதில் ஏற்கெனவே முடிவு செய்துவிட்டிருப்பார். அப்படிப்பட்டவரிடம் அதிக நேரம் வீண் செய்வது சுவற்றுடன் மோதுவது போலத்தான். போலி ஆட்சேபணை என்று அறிந்து கொள்வதற்கு அதிக சமயம் தேவையில்லை.

ஆகவே நண்பர்களே! ஆட்சேபணைகளைக் கண்டு அயராதீர்கள். உங்களை நோக்கி வரும் அம்புகளை மலர் மாலைகளாக மாற்ற உங்களது வாதங்களை நன்கு தயார் செய்யுங்கள்.

முக்கியமான விஷயம்! ஒருவர் ஆட்சேபணைகளை எழுப்புகிறார் என்பதே அவர் தமது ஒப்பந்தத்தில் ஆர்வம் காட்டுகிறார் என்பதன் அறிகுறி என்பதை நன்கு உணருங்கள்.

முன்பு நான் குறிப்பிட்ட வாடிக்கையாளர்களின் வகைகளின்படி எந்த வாடிக்கையாளருக்கு எந்தவகையான அணுகுமுறை ஏற்றது என்பதையும் நன்கு கவனித்து அவரது மனோநிலைக்கேற்றவாறு உங்களது அணுகுமுறையை வியூகம் செய்யுங்கள்.

இவ்வாறு முழு தயாரிப்பு நிலையில் நீங்கள் ஆட்சேபணைகளை எதிர்கொண்டால் நீங்கள் விற்பனைச் செயலாற்றலின் அடுத்த படிக்குச் சுமுகமாகச் சென்றுவிடலாம்.

13

விற்பனை நேர்காணல் - படி - 5 விற்பனை அல்லது ஒப்பந்தத்தை முடித்தல்

இந்த விற்பனை நேர்காணல் படி 5 தான் நமது விற்பனையையோ அல்லது ஒப்பந்தப் பேச்சு வார்த்தையையோ ஒரு சுமுகமான முடிவுக்குக் கொண்டு வருகின்ற படி என்பதால் மிக மிக முக்கியமாகக் கையாள வேண்டிய ஒரு படி ஆகும்.

ஒரு சினிமாவை இயக்குபவர் மிகுந்த விறு விறுப்புடன் கதையின் போக்கை அமைத்து, ரசிகர்களை ஆர்வத்துடன் இருக்கையை விட்டு நகரவிடாமல் கட்டிப்போட்டு தனது கதாபாத்திரங்களையும், சம்பவங்களையும் நகர்த்தினாலும், கதையின் முடிவு சொதப்பலாக இருந்தால் வெளியே வரும் ரசிகர்கள் எதிர்மறை விமர்சனங்களோடுதான் வருவார்கள்.

இயக்குனர் எடுத்துக்கொண்ட அத்தனை முயற்சிகளும் திரைக்கதையின் முடிவை அதாவது 'கிளைமாக்ஸை' அவர் எப்படி இயக்கி இருக்கிறார் என்பதில்தான் நிறைவு பெறுகின்றன. விற்பனைப் பேச்சு வார்த்தைகளும் ஏறக்குறைய அப்படித்தான்.

தொடக்கத்தின் போதும், விவரங்களை வழங்கிடும் நேர்த்தியாலும், ஆட்சேபணைகளை எதிர்கொண்டு சரியான விளக்கங்களை அளிக்கும்போதும், விற்பனையில் எடுத்துக்கொள்ளும் அத்தனை முயற்சிகளும் ஒரே நோக்கத்தில்தான் நடத்தப்படுகின்றன.

அதாவது வாடிக்கையாளர் இதன் முழுவிளைவாகக் குறிப்பிட்ட பொருளையோ அல்லது சேவையையோ வாங்கவோ அல்லது ஒரு ஒப்பந்தப் பேச்சு வார்த்தையாயிருந்தால் அவர் அவற்றின் சாராம்சங் களை ஒப்புக் கொண்டு அதில் கையெழுத்திடவோ வேண்டும்.

க்ளோஸிங் உத்திகள்:

1. மாற்று விற்பனை டெக்னிக்: (Alternate Closing)

அதாவது ஒரு பொருளை வாங்க வைப்பதற்கான அத்தனை அம்சங்களையும் வாடிக்கையாளரிடம் விளக்கிவிட்டு, ஆட்சேபங்கள் அத்தனையும் கையாண்டபின் வாடிக்கையாளர் எவ்வளவு வாங்க வேண்டும் என்று தீர்மானிக்க முடியாமல் விழிக்கும்போது விற்பனை யாளரே அவரை ஒரு இலக்குக்குள் கொண்டுவர இம்முறையை உபயோகிக்கலாம்.

உதாரணத்துக்கு, 'உங்களுக்கு இந்தப் பொருளை 20 கார்டன்களுக்கு பில் இடட்டுமா அல்லது 30 கார்டன்களுக்கு இடட்டுமா?'

இம்முறையில் அது வாடிக்கையாளரை ஒரு வரையறைக்குள் கொண்டு வந்து அவர் முடிவெடுக்க ஒரு அளவுகோல் கொடுத்தது மாதிரி ஆகின்றது.

நான் ஹார்லிக்ஸ் நிறுவனத்தில் விற்பனைப் பிரதிநிதியாக இருந்த காலங்களில் எங்களது புதிய தயாரிப்புகளை வெளியீடு (Launch) செய்யும் போது இப்படித்தான் 'க்ளோஸ்' செய்வேன்,

'இப் புதிய தயாரிப்பின் வெவ்வேறு நல்ல அம்சங்களை விளக்கிவிட்டேன் என்றாலும் தொடக்கத்திலேயே நான் எங்கள் பொருளை உங்களிடம் 'டம்ப்' செய்ய வரவில்லை.

உங்களது விற்பனை சௌகரியத்தை அனுசரித்து உங்களுக்கு இத்தனை கார்டன்களை (எண்ணிக்கையைக் குறிப்பிட்டு) மட்டும்தான் கொடுக்கிறேன்' என்ற முடிவுக்குக் கொண்டுவந்து விடுவேன்.

இதில் முக்கியமான விஷயம் என்னவென்றால், ஒரு கைதேர்ந்த விற்பனையாளர் தனது விளக்கங்களை வழங்கும்போதே அந்த விற்பனை முடிந்துவிட்டதாக மனதில் முடிவு செய்துகொண்டு அந்த

அழுத்தத்தோடுதான், தான் கொடுக்க இருக்கும் அளவைக் குறிப்பிட வேண்டும்.

சந்தேகத்துடன், தன்னம்பிக்கை இல்லாமல் வழ, வழ, கொழ, கொழ என்ற முறையில் விற்பனை முடிவை முன் வைத்தால் அது நிச்சயம் ஒரு தீர்வுக்கு வராது.

ஆகவே மிக முக்கியமான விஷயம் விற்பனையாளரின் உறுதியும் நம்பிக்கையும் மிக்க 'க்ளோஸிங்'வாசகங்கள்.

'இம்முறை நான் உங்களுக்கு 10 கார்டன்கள் தருகிறேன். அடுத்தமுறை நான் வரும் போது நீங்களே 20 கார்டன்கள் வேண்டும் என்று கேட்பீர்கள் பாருங்கள்!'.

இத்தகைய உறுதி மிக்க 'க்ளோஸிங்'வாசகங்கள் வாடிக்கையாளர் களுக்கு நம்பிக்கையை அளிக்கும்.

ஒப்பந்தப் பேச்சு வார்த்தையாக இருந்தால், 'நீங்கள் இந்த ஒப்பந்தத்திற்கு உடன்படுங்கள். பிறகு பாருங்கள் உங்களது வியாபாரத்தின் வளர்ச்சியை! இரு தரப்பினருக்கும் பயன் தரக்கூடிய 'வின் - வின் 'ஒப்பந்தமாகும் இது!'.

இவ்வாறு வாடிக்கையாளர்களுக்கு நம்பிக்கை ஊட்டக்கூடிய க்ளோஸிங் அறிக்கைகளை உறுதிப்பாட்டோடு வழங்க வேண்டும்.

2. க்ளோசிங்கை ஒரு கதைபோல் கூறி விற்பனையை முடித்தல்

எனக்குத் தெரிந்த ஒரு இன்ஷுரன்ஸ் ஏஜெண்ட் இம்முறையைக் கையாள்வதில் வல்லவர்.

அவர் தனது கிளையண்டிடம் ஒரு இன்ஷுரன்ஸ் பாலிசியைப்பற்றி விவரித்து அது அவருக்கு நன்மை பயக்கும் என்று கூறி அதை ஏற்றுக்கொள்ளுமாறு பரிந்துரை செய்தார்.

கிளையண்டோ இளையவர், 'நான் இப்போது ஆரோக்கியமாகத் தானே இருக்கிறேன். வயசானபின் இதைஎல்லாம் பார்த்துக் கொள்கிறேன்' என்று ஒரு ஆட்சேபணையை வைத்தார்.

உடனே ஏஜெண்ட் ஒரு சிறிய பிங் பாங் பந்தை அந்த கிளையண்டின் கையில் கொடுத்து அதை அவரது பாக்கெட்டில் போட்டுக் கொள்ளும்படிக் கூறினார்,

அவரும் சிரமமின்றி அதைத் தன் பாக்கெட்டில் போட்டுக் கொண்டார்.

இப்போது ஏஜண்ட் அவரைக் கேட்டார், 'இதே நான் உங்களிடம் டென்னிஸ் பந்தைக் கொடுத்து உங்கள் பாக்கெட்டில் போட்டுக்கொள்ளச்சொன்னால் உங்களால் அது முடியுமா?'

'முடியும், ஆனால் கொஞ்சம் கஷ்டமாக இருக்கும்'

'சரி, அதற்கு பதில் ஒரு கால்பந்தை கொடுத்தால்...?'

'ஓ, நிச்சயம் முடியாது! சான்ஸே இல்லை!'

இப்போது ஏஜெண்ட் தன் கதையை நிறைவு செய்தார்.

'இதேபோல்தான், முதலீடுகளும். இளம் வயதில் நீங்கள் முதலீடு செய்வது என்பது ஒரு பிங் பாங் பந்தை பாக்கெட்டில் இடுவதைப் போல, அதிகம் பளு தெரியாது.

முதிய வயதில் இதே விஷயம் ஒரு கால்பந்தை பாக்கெட்டில் போட முயற்சிப்பதைப்போல, பாக்கெட்தான் கிழியுமே தவிர பந்து உள்ளே போகாது.'

அந்த கிளையண்ட் மறு பேச்சின்றி அந்த பாலிஸி பத்திரத்தில் கையெழுத்திட்டாராம்!

3. நிறை - குறை பட்டியல்:

இரண்டாவது டெக்னிக் - அதாவது ஒரு தயாரிப்பிலோ அல்லது சேவையிலோ அல்லது ஒரு ஒப்பந்தத்திலோ உள்ள நிறைகளையும் குறைகளையும் பட்டியலிடுவது.

(முக்கிய விஷயம் கவனத்திற்கு - உங்களது தயாரிப்பின் நிறைகள், குறைகளைக் காட்டிலும் அதிகமாக இருக்க வேண்டும்!)

இம் முறையில் நாம் வாடிக்கையாளரிடமிருந்து பாரபட்சமில்லாது நமது வாதங்களை வைக்கிறோம் என்ற நல்லெண்ணம், உறுதிப்பாடு கிடைக்கின்றது.

எல்லா அம்சங்களையும் விளக்கிவிட்டு நிறைகள் மிக அதிகமாக இருப்பதையும், குறைகள் என்பவை குறைவாக இருப்பதையும் குறிப்பிடுவதோடு மட்டுமில்லாமல் அக்குறைகளையும் நீங்கள் எப்படி உங்களது சேவையால் நிறைவாக்க முடியும் என்பதையும் அழகாக விவரித்தால் யார்தான் அவற்றை ஒப்புக்கொள்ளமாட்டார்கள்?

நான் ஐக்கிய அரபு நாடுகளில் பணி செய்தபோது அங்கிருந்த உலகத்திலேயே இரண்டாம் இடம் வகிக்கும் ஹைப்பர் மார்க்கெட் தொடர் 'கார்ஃபோர் 'பற்றி முன்பே கூறி இருந்தேன்.

அவர்களுக்கு அவர்களுடைய 'சீஸ்' category எவ்வாறு மாற்றி வகைப்படுத்தப்பட்டால் அது கூடுதல் நன்மையை நுகர்வோருக்கும் (எளிமை) மற்றும் கார்ஃபோருக்கும் (கூடுதல் விற்பனை, லாபம்) அளிக்கும் என்ற வகையில் ஒப்பந்தப் பேச்சு வார்த்தை நடத்தும் போது இந்த நிறை - குறை பட்டியல் முறையைத் தான் உபயோகித்தேன்.

அவர்கள் பன்னெடுங்காலம் சூப்பர் மார்க்கெட் துறையில் கரை கண்டவர்கள். வெறும் வாய்வார்த்தைகளில் அவர்களை மடக்கிவிட முடியாது.

பாரபட்சமின்றி நிறைகுறைகளை பட்டியலிட்டு நாங்கள் பரிந்துரை செய்யும் Categoryபடி management செயலாக்கப்பட்டால் எப்படி அதன் நிறைகள் அவர்கள் சந்தேகப்படும் விளைவுகளைக் கடந்து நிற்கின்றன என்பதை அறிவு பூர்வமாக தர்க்கரீதியாக விளக்கினேன்.

உதாரணத்திற்கு Range rationalisation எனப்படும் அம்சம் ஒவ்வொரு Super Marketஉம் செய்யவேண்டிய மிக முக்கியமான ஒன்றாகும்.

இதில் எந்தெந்த ஐட்டம்கள் ஒரு கேடகிரியின் விற்பனைக்கு அதிகம் உதவுகின்றன, எவை எவை பெயருக்கு ஷெல்ஃபில் உட்கார்ந்து கொண்டிருக்கின்றன என்பதை அவற்றின் சராசரி மாத விற்பனையை உச்சபட்சத்திலிருந்து குறைந்த பட்சம் வரை மேலிருந்து கீழாக வரிசைப்படுத்தி பின் மிகக் குறைவாக விற்பனை கொடுக்கும் ஐட்டங்களை சிஸ்டத்திலிருந்து நீக்கி அவற்றைக் கொள்முதல் செய்வதைத் தவிர்க்க வேண்டும்.

இவ்வாறு நாங்கள் அவர்களது Category ஆராய்ந்தபோது பல ஐட்டங்கள் இவ்வாறு வெறுமே ஷெல்ஃபை தேய்த்துக்கொண்டு வெட்டியாக உட்கார்ந்திருப்பதைக்கண்டோம்.

அவற்றில் சில ஐட்டங்கள் எங்களுடையதாக இருந்தாலும் பாரபட்சமின்றி அவற்றையும் நீக்கச் சொன்னோம்.

இது அந்த ஹைப்பர் மார்க்கெட்டின் மானேஜ்மெண்டை மிகவும் கவர்ந்தது. விளைவு, அவர்கள் முழு மனதுடன் ஒப்பந்தத்திற்கு இணங்கி அதைச் செயல்படுத்தினார்கள்.

'இதில் உங்கள் நிறுவனத்துக்கு என்ன ஐயா ஆதாயம்?' என்று நீங்கள் கேட்க நினைப்பது எனக்கும் புரிகிறது.

இதில் லிஸ்டிலிருந்து நீக்கப்பட்ட ஐட்டங்களில் எங்களுடையது சில பொருள்கள்தான். ஆனால் மற்ற போட்டி

கம்பெனிக்காரர்களுடையது ஏராளம், எனவே எங்களுக்கு விற்பனை பங்குகளை அனுசரித்து கூடுதல் டிஸ்ப்ளே கிடைத்தது. எங்களது விற்பனை பல மடங்கு கூடியது.

4. சுயம்வர முறையில் க்ளோஸிங்க்

இதென்ன புதிய வம்பு என்று பார்க்கிறீர்களா?

அந்தக் காலத்தில் இளவரசிகள் தனக்குரிய மணாளனைத் தேர்ந்தெடுக்க சுயம்வரம் என்ற முறையைக் கடைப்பிடித்தார்கள் அவர்களது தந்தைமார்கள்.

ராஜா தனது ராஜ்ஜியத்துக்கு பக்கத்துத் தேசங்களிலுள்ள இளவரசர் களை வரவழைப்பார். அந்த இளவரசர்கள் எல்லோரும் வரிசையாக அமரவைக்கப்படுவார்கள்.

இளவரசி கையில் மாலையுடன் ஒவ்வொரு இளவரசன் பக்கம் வரும் போது, அந்த இளவரசனின் வீரப் பிரதாபங்களை ஒருவன் பட்டியலிடுவான்.

இவ்வாறு ஒவ்வொருவனையும் கடந்து செல்லும் இளவரசி தனக்குப்பிடித்த இளவரசனுக்கு மாலை இட்டு தன் மணாளனாக ஏற்றுக்கொள்வாள்.

நான் இப்போது உபயோகிக்கும் தந்திரமும் அவ்வகையில்தான். பிரசண்டேஷன் செய்து முடிக்கும் சமயத்தில் வாடிக்கையாளருக்கு நாம் பலவிதமான தேர்ந்தெடுப்புகளை விவரிக்கவேண்டும்.

நமக்குத் தெரியும் அவர் எதைத் தேர்ந்தெடுத்தால் நல்லது என்று. ஆனால், நாமே அதைச் சுட்டிக்காண்பித்தால் நமக்கு அதில் உள்நோக்கம் இருக்கும் என வாடிக்கையாளர் நினைக்காதபடி நாம் அவற்றைக்காண்பிக்க வேண்டும்.

இதுவும் செஸ் போர்டில் காயை நகர்த்துவது போலத்தான். அவர் எந்தக் காயை நகர்த்தப்போகிறார் என்று ஊகித்து அதற்கேற்றாற் போல் நம் காயை நகர்த்த வேண்டும்.

இம்முறையை சகஜமாக நீங்கள் அடிக்கடி பார்த்திருக்கலாம். எங்கே என்று தலை சொறிகிறீர்களா?

வேறெங்கே? புடவைக்கடையில்தான்!

கடைக்காரன் புடவைகளை ரகம்வாரியாக, விலை வாரியாக எடுத்துப்போட்டுக்கொண்டே இருப்பான். ஆனால் அவனுக்குத்

தெரியும், எந்த ரகப் புடவையை, எந்த விலையில் உங்கள் தலையில் கட்டவேண்டும் என்று.

உங்கள் நடை உடை பாவனை, உங்கள் குடும்பப் பெண்மணிகள் அணிந்திருக்கும் ஆபரணங்கள் இவற்றை எல்லாம் பார்த்து உங்களுடைய தகுதி, பட்ஜெட் போன்றவற்றை அவன் வெகு விரைவில் முடிவெடுத்திருப்பான்.

அந்த விலை உள்ள புடவைகளிலேயே அவன் உங்களை நிறுத்தி பல ரகங்களைக் காண்பிப்பான். அவற்றில் பிடித்த புடவைகளை நீங்கள் அலசிக்கொண்டிருக்கையில் அவற்றின் அருமை பெருமைகளை விளக்கி அவன் உங்களுக்கு விற்கத் தேர்ந்தெடுத்த புடவையையே நீங்களே தேர்ந்த்தெடுத்தாற்போன்ற ஒரு தோற்றத்தை உருவாக்கி அதை உங்கள் தலையில் கட்டிவிடுவான்!

5. போட்டிமுறை க்ளோஸிங்:

இதை விளக்குவதற்கு நான் உங்களை இப்போது மார்க்கெட்டுக்கு அழைத்துச்செல்லப்போகிறேன்.

ஒரு உலகத்தரம் பெற்ற நிறுவனம் தங்களது புதிய தயாரிப்பை வெளியீடு செய்ய இருக்கிறது.

அந்தத் தயாரிப்பை நகரத்தில் புகழ்பெற்ற 'சூப்பர் வால்யூ' ஹைப்பர் மார்க்கெட்டில் பெரிய அளவில் விளம்பரப்படுத்தி அதற்கு ஒரு தாக்கத்தைக் கொடுத்து மக்கள் மனதில் ஒரு பாசிடிவ் விளைவை உண்டாக்க நினைக்கிறது.

அந்த நிறுவனத்தின் விற்பனை மேலாளர், ஹைப்பர் மார்க்கெட்டின் மேலாளரைச் சந்திக்கிறார். தொடக்கப் பேச்சுவார்த்தைகளுக்குப்பின் தனது ஆலோசனைக்கு வருகிறார்.

'நான் எங்களது புதிய தயாரிப்பின் கூடுதல் நலன்களை நன்கு விளக்கி விட்டேன். அதனால் நுகர்வோருக்கும் உங்களுக்கும் கிடைக்க இருக்கும் லாபங்களையும் பகிர்ந்து கொண்டேன். நீங்கள் இத்தயாரிப்பை உங்களது பெருமை மிக்க ஹைப்பர் ஸ்டோரில் அறிமுகப்படுத்த இணங்கியதற்கு நன்றி. அடுத்தபடியாக நான் இதனை ஒரு பெரும் தாக்கத்துடன் நுகர்வோருக்கு நேராக அறிமுகப் படுத்த உங்கள் ஸ்டோரில் மாலை வேளைகளில் எங்களது பிரமோட்டர்களை வைத்து நேருக்கு நேர் அவர்களுடன் உரையாட வைத்து அவர்கள் மனதில் ஒரு positive impression உண்டாக்கி அதனால் விற்பனை பெரிதளவில் கூட்ட விரும்புகின்றேன்.'

‘நல்ல ஐடியா, சொல்லுங்கள்’

‘அதற்கு நீங்கள் எங்களது புதிய தயாரிப்பை வழக்கத்துக்கு அதிகமாக உங்கள் ஸ்டோரில் இலவசமாக டிஸ்ப்ளே செய்ய அனுமதித்து எங்களது விளம்பரப் பொருள்களையும் அங்கே உபயோகிக்க அனுமதிக்க வேண்டும்.’

‘ஓ! அது முடியாது. எங்களது ஸ்டோரில் எதுவும் இலவசமாகத் தருவதில்லை. நீங்கள் ஒவ்வொரு செயல்பாட்டுக்கும் ஃபீஸ் கொடுத்தால்தான் அனுமதிக்க முடியும்.’

‘நாங்கள் இந்தப் புதுமையான செயல்பாட்டுக்கு ஏற்கெனவே நுகர்வோர் சலுகைகளாகவும், எங்களது சேல்ஸ் புரொமோஷன் செலவினங்களுக்காகவும் எக்கச்சக்க முதலீடுகள் செய்கிறோம். இதற்கெல்லாம் மேலாக பத்திரிகை விளம்பரங்களிலும் உங்களது பெயர் பெரியதாக வரப்போகிறது! இதனால் உங்களுக்கும் கூடுதல் லாபம் கிடைக்கப்போகிறதே! இதை மனதில் கொண்டு நீங்கள் இலவசமாக நான் கோரிய ஆதரவுகளைத்தர வேண்டுகிறேன்.’

‘மன்னிக்கவும், அது எங்கள் பாலிஸியின் படி செய்ய இயலாது.’

‘சரி, அப்படியானால் ஒரு விஷயம் உங்களுக்குக் கூறிவிடுகிறேன். அடுத்துள்ள ‘கிரேட் வால்யூ’ ஹைப்பர் மார்க்கெட் மேலாளர்கள் எங்களது புதிய தயாரிப்பைப்பற்றிக் கேட்ட உடனே தாங்கள் அதை தங்கள் ஹைப்பர் மார்க்கெட்டில் முதன் முதலாக அறிமுகப்படுத்த அனுமதிக்கப்பட்டால் இலவசமாக அனைத்து வசதிகளையும் செய்து தருவதாகக் கூறி இருந்தார்கள். ஆனால், நான்தான் உங்களுக்கு அந்த வாய்ப்பை கொடுத்தால் நன்றாக இருக்குமே என்று நினைத்தேன். ஆனாலும் பரவாயில்லை. ‘கிரேட் வால்யூ’வில் லான்ச்சை தொடங்கி விட்டு பின் உங்கள் ஹைப்பர் ஸ்டோரில் ‘லான்ச்’ ஏற்பாடு செய்கிறேன். உங்கள் மேலான ஒத்துழைப்புக்கு மிக்க நன்றி’

இப்போது சூப்பர்வால்யூ ஹைப்பர் மார்க்கெட் மேலாளரது நெற்றியில் சுருக்கம் விழுகிறது.

‘நியூஸ் பேப்பரில் கிரேட்வால்யூ விளம்பரப்படுத்தப்பட்டு முதல் முதல் இந்த உயர்ந்த தயாரிப்பை லான்ச் செய்வதாக நுகர்வோருக்குத் தெரிந்தால் நம் ஸ்டேட்டஸ் என்னாவது?’ - அவரது மைண்ட் வாய்ஸ்!

அவர் இப்போது முகவாயை தேய்த்து விட்டுக்கொண்டு சொல்கிறார், ‘இருங்கள்! பொதுவாக நாங்கள் அவ்வாறு இலவசமாகக்

கொடுப்பதில்லைதான், என்றாலும்... இந்த விஷயத்தில் ஏதாவது விதிவிலக்கு அளிக்க முடியுமா என்று எங்கள் எம்.டி.யைக் கேட்டுச் சொல்லட்டுமா?'

'தாராளமாக, ஆனால், உங்களது முடிவை அடுத்த இரண்டு நாள்களுக்குள் சொல்லிவிட்டால் நன்றாக இருக்கும், ஏனென்றால் எங்களது விளம்பரத்தை பத்திரிகைகளுக்குக் கொடுக்க ஒரு தேதி நிர்ணயம் உண்டு. வரும் வெள்ளிக்கிழமைக்குள் கொடுத்தே ஆகவேண்டும்.'

'நிச்சயமாக'

'நன்றி, உங்களது நல்ல முடிவை எதிர்பார்க்கிறேன், வணக்கம்!'

இவ்வாறு அந்தப் பேச்சு வார்த்தை முடிகிறது.

இதற்குப்பின் என்ன நடந்திருக்கும் என்பதை உங்களால் ஊகிக்க முடிகிறதா?

எனது பந்தயம் வாடிக்கையாளர் ஒப்பந்தத்துக்குக் கட்டாயம் சம்மதித்து இருப்பார் என்பதே!

ஒருவேளை குப்புற விழுந்தாலும் மீசையில் மண் ஒட்டவில்லை என்பதுபோல ஒரு அடையாளத்தொகை (Token fee) மட்டும் கேட்டு ஒப்பந்தத்தைக் கையெழுத்திட்டு இருப்பார்!

இப்படியாக பற்பல க்ளோசிங் தந்திரங்களை கால தேசத்திற்கு ஏற்ற மாதிரி உபயோகியுங்கள்.

விற்பனையை வெற்றிகரமாக முடியுங்கள்!

ஒரு முக்கியமான க்ளோஸிங் தந்திரம்

முக்கியமான ஓர் ஒப்பந்தப் பேச்சு வார்த்தை பல முக்கிய ஷரத்துக்களைக் கொண்டதாக இருக்கும்.

இத்தகைய பேச்சுவார்த்தைகளுக்குச் செல்லும்போது குறைந்த பட்சம் 2 பேர் கொண்ட குழுவாகச் செல்வது எனது அனுபவத்தில் மிகுந்த பயனளிக்கும் ஒன்று. ஒருவர் ஏதாவது முக்கிய அம்சத்தை கோடிட்டுக் காட்ட மறந்தாலும், மற்றவர் தக்க சமயத்தில் அதை முன் வைத்து குறையை இட்டு நிரப்ப முடியும்.

இப்போது சிறிய கமர்ஷியல் ப்ரேக் எடுத்துக்கொள்வோம், உங்களை நான் 'கலாட்டா' பிஸ்கட் கம்பெனி என்கிற கம்பெனிக்கு அழைத்துச் செல்லப் போகிறேன். வாருங்கள்! அங்கு என்ன நடக்கிறது என்பதைப் பார்ப்போம்.

திரு மோகன் அவர்களும், திரு பலராமன் அவர்களும் தங்களது தயாரிப்பான ‘கோகோமில்க்’ எனப்படும் பிராண்டில் தேங்காய் பாலை வற்ற வைத்து அதிலிருந்து தேங்காய் பால் பொடியை உற்பத்தி செய்கிறார்கள். அவர்கள் தமது தேங்காய் பால் பொடியை அந்நகரத்தில் பிரபலம் வாய்ந்த ‘கலாட்டா’ பிஸ்கட் கம்பெனிக்கு, அவர்கள் தயாரிக்கும் தேங்காய் பிஸ்கட் உற்பத்தியில் மூலப்பொருளாக உபயோகிக்க பேச்சு வார்த்தைக்கு வருகிறார்கள்.

‘கலாட்டா’ கம்பெனியின் தலைவர் அவர்களை வரவேற்கிறார். தொடக்க நிலை அறிமுகப் பேச்சுக்குப்பின் உரையாடல் தொடர்கிறது.

‘ஐயா, நாங்கள் எங்களது தயாரிப்பின் மேன்மையைப்பற்றியும் அது எவ்வாறு உங்கள் பிஸ்கட் உற்பத்திக்கு ஏற்றதாக இருக்கும் என்பதைப் பற்றியும் விளக்கமாகக் கூறி இருக்கிறோம். இதை நீங்கள் கொள்முதல் செய்வதால் உங்களுக்குக் கிடைக்கக்கூடிய ஆதாயங்கள் பல.

உங்களது உலகத்தரம் மேன்மையுறும். மற்ற சப்ளையர்களைவிட எங்கள் விலை 7 சதவிகிதம் குறைவாக இருப்பதால் உங்களுக்கு லாபமும் கூடும். எங்களது சேவையின் தரமும் போட்டியாளர்களை விடக் கூடுதலாக இருக்கும்’ என்கிறார் மோகன்.

‘அதெல்லாம் சரி, ஒரு 7 சதவிகித வித்தியாசத்திற்காக நான் எங்களது தற்போதைய விநியோகஸ்தரை மாற்ற விரும்பவில்லை. உங்களால் 20 சதவிகிதம் தள்ளுபடி கொடுக்க முடிந்தால் ஒருவேளை பார்க்கலாம்.’

இப்போது மோகனின் முகம் சற்று இறுகுகிறது. ‘மன்னிக்கவும்! அப்படிச் செய்தால் நாங்கள் நஷ்டத்தில் விற்பதாகத்தான் ஆகும். ஆயினும் தங்களைச் சந்தித்ததில் மிக்க மகிழ்ச்சி. ஒருவேளை மீண்டும் எங்களை ஆலோசனையைச் சிந்தித்து எங்களை அழைத்தால் உங்களுக்குச் சேவை புரிய நாங்கள் எப்போதுமே தயாராக இருப்போம்.’

‘கலாட்டா’ கம்பெனியின் உரிமையாளர் முகத்தில் சற்று ஏமாற்றம் தெரிகிறது.

இப்போது பலராமன் இடையிடுகிறார். ‘ ஐயா, நாங்கள் எங்களது தர நிர்ணயத்தை பன்னாட்டு நிறுவனங்களுக்கு மேலாக இருக்க வேண்டும் என்ற நோக்கத்தில் மிக உயர்வான மூலப்பொருள்களையே வாங்கிப் பயன்படுத்துகிறோம். அதனை விட்டுக்கொடுக்க விரும்பவில்லை.

அதே சமயத்தில் உங்களைப்போன்ற பெரிய நிறுவனத்திற்கு எங்களது தயாரிப்பை விநியோகிப்பது என்பதும் எங்களுக்கு பெருமைக்குரிய விஷயம்தான். இதை மனதில் வைத்து நீங்கள் நாங்கள் எதிர்பார்க்கும் குறைந்தபட்ச கொள்முதலை மாதம்தோறும் செய்வதாக ஒப்புக் கொண்டால் ஒருவேளை 7 என்பதை 9 சதவிகிதம்ஆக்க முயல்வோம்' என்று கூறிவிட்டு மோகனைப் பார்க்கிறார் அவரது பதிலை வேண்டுவதுபோல.

மோகன் ஏதோ அரைமனதாகத் தலையாட்டுகிறார்.

'கலாட்டா' கம்பெனின் முதலாளி அசைந்து கொடுப்பதாக இல்லை.

'குறைந்த பட்சம் 15 சதவிகிதம் தள்ளுபடி இல்லையென்றால் உங்களது தயாரிப்பை ஏற்க வழியே இல்லை.'

இப்போது மோகனின் முகம் வாட்டம் காண்பிக்கிறது. எழுந்து கொள்ள எத்தனிக்கிறார்.

இப்போது பலராமன் மோகனை அமர்த்தி அவர் காதருகில் மெல்ல ஏதோ மொழிகிறார். அதற்கு மோகன் 'சான்ஸே இல்லை' என்பது போல் உதட்டைப் பிதுக்குகிறார்.

பலராமன் இறுதியாகக் கூறுகிறார். 'ஐயா, அதிகபட்சம் 10 சதவிகிதம் கொடுக்கிறோம். உங்களுடன் வியாபாரத்தைத் தொடங்குகிறோம்! போகப்போக எங்களது சேவையைப் பார்த்து நீங்களே வியந்து எங்களது தயாரிப்பை மேலும் ஆதரிப்பீர்கள்.' என்று ஒப்பந்தப் படிவத்தை நீட்டுகிறார்.

மோகனின் முகத்தில் எந்த மாற்றமும் இல்லை,

'கலாட்டா' கம்பெனி முதலாளி பலராமன் கொடுக்கும் ஒப்பந்தப் படிவத்தில் கையெழுத்திடுகிறார்.

நாமும் வெளியே வருகிறோம்!

இப்போது நாம் கண்டதென்ன?

கூர்ந்து கவனித்தால் மோகனும் பலராமனும் தங்களுக்குள் ஏற்கெனவே டயலாக் ஒன்றை ஸ்க்ரிப்ட் செய்து நன்றாக ஒத்திகை பார்த்து அதை அரங்கேற்றியது உங்களுக்குப் புரியவரும்.

இதைத்தான் ஒரு நல்ல கூட்டு முயற்சி என்று கூற வேண்டும்.

இந்த மாதிரி நாடகம் நடத்தும்போது இருவரும் அவரவர் கதாபாத்திரத்தை நன்கு புரிந்து கொண்டு மிகச் சமயோசிதமாக வார்த்தைகளைப் பிரயோகிக்க வேண்டும்.

ஒருவர் மிகக் கடுமையாக ஒப்பந்த அம்சங்களை நிலைநிறுத்துவதில் குறியாக இருப்பவர்போல் நடக்க வேண்டும். வாடிக்கையாளர் அதில் சில அம்சங்களை எதிர்க்கவோ புறக்கணிக்கவோ முயன்றால் கூட வந்திருக்கும் மற்றவர் சிறிது விட்டுக் கொடுப்பதுபோல் பேசி முதலில் கடுமையாகப் பேசியவரை கொஞ்சம் இறங்கி வர வைப்பவர்போல் ஒரு பாத்திரத்தை ஏற்றுச் செயல்படுத்த வேண்டும். வாடிக்கையாளர் மேலும் அந்த ஒப்பந்த அம்சத்தை எதிர்க்காது ஒப்புக்கொள்ள இது ஒரு பாலமாக அமையும்.

அதாவது இவ்விருவரே ஒருவருக்கொருவர் விவாதம் நடத்தி அந்த ஒப்பந்தத்தை முடிப்பார்போல் ஆகி வாடிக்கையாளர் மேலும் குறுக்கிடாமல் விஷயம் ஒரு நல்ல முடிவுக்கு வந்து விடும்.

இதன் முக்கியமான அம்சம் என்னவென்றால் இந்த இரு அங்கத்தினரும் ஒருவருக்கொருவர் நல்ல புரிதல் தன்மையில் இருக்க வேண்டும் இல்லையென்றால் ஒப்பந்தம் குளறுபடியாகி, விற்பனையாளர் வாடிக்கையாளருக்கே சேம் சைட் கோல் (same side goal) போட்டுக்கொடுத்தாற்போல் ஆகிவிடும்.

நான் ஐக்கிய அரபுநாடுகளில் பணியாற்றுகையில் பல முக்கியமான ஒப்பந்தப் பேச்சுவார்த்தைகளில் எனது சகா. திரு. பாபு அவர்களோடு சென்று மேற்குறிப்பிட்ட முறையைக் கையாண்டு ஒப்பந்தங்களை வெற்றிகரமாக முடித்திருக்கிறேன்.

நாங்கள் வாடிக்கையாளருடன் சந்திப்புக்குச் செல்வதற்கு முன்பாகவே எங்களது பாத்திரங்களை நன்கு பழகிப் பார்த்துக்கொள்வோம். – எங்கள் இருவரில் யார் கடுமையான பாத்திரம் ஏற்பது - எந்த அளவிற்கு நமது கோரிக்கைகளை உயர்த்தி இடுவது மற்றும் யார் சமன்படுத்தும் பாத்திரம் ஏற்பது, எந்த அளவிற்கு கீழிறங்கி, வருவது என்பது போன்ற விஷயங்களை ஒத்திகை பார்த்துக்கொள்வோம்.

சில ஒப்பந்தப் பேச்சுவார்த்தைகளில் நான் கடுமையான பாத்திரத்திலும் சிலவற்றில் பாபு அப்பாத்திரத்திலும் செயல்பட்டு ஒருவருக்கொருவர் பெற்றிருந்த புரிதல் தன்மையைக் கொண்டு ஒப்பந்தங்களை நாங்கள் முன்பே எதிர்பார்த்திருந்த நல்ல முடிவுக்குக் கொண்டு வந்து விடுவோம்.

க்ளோஸிங் தோல்வியுறக் காரணங்கள்

நல்ல முறையில் பேச்சுவார்த்தை தொடங்கினாலும் அது சரியான முறையில் முடிக்கப்படாததற்குப் பல காரணங்கள் இருக்கலாம். அவற்றைச் சிறிது பார்ப்போம்.

1. போதுமான விஷய ஞானம் இன்மை

ஒப்பந்தப் பேச்சு வார்த்தைக்குச் செல்பவர் அது குறித்த விஷய ஞானம் பெற்றிருக்காவிட்டால் அவரால் வாடிக்கையாளர் முன் வைக்கும் ஆட்சேபங்களை எதிர்கொள்ள முடியாது.

அவர் திக்கித் தடுமாறினால் இது வாடிக்கையாளர் மனதில் எதிர்மறையான விளைவுகளைத் தோற்றுவித்து பேச்சுவார்த்தையை முறித்துவிடும். ஆகவே பேசுகின்ற விஷயத்தில் பூரண அறிவு பெற்றிருக்க வேண்டும். அது மட்டுமல்ல. அது சம்பந்தப்பட்ட மற்ற விஷயங்களிலும், வாடிக்கையாளருடைய தேவைகளைப்பற்றியும் முழுமையாக அறிந்திருக்க வேண்டும்.

நான் நடத்திய ஒரு விற்பனை பயிற்சி முகாமில் கலந்து கொண்டவர்களுள் ஒருவர் என்னிடம் ஒரு கேள்வி கேட்டார்.

'ஐயா, நான் மேற்படிப்பு சம்பந்தமான துறையில் முக்கியமாக வெளி நாடுகளில் மேற்படிப்பு படிக்க முயற்சிப்பவர்களுக்கு ஆலோசனை வழங்கும் ஒரு நிறுவனத்தை நடத்தி வருகிறேன், நான் அவர்கள் போக விரும்பும் நாடுகளில் கிடைக்கப்பெறும் கல்வி சம்பந்தமாக எத்தனையோ விவரங்களை என்னிடம் வரும் மாணவர்களுக்கும் அவர்களது பெற்றோர்களுக்கும் தாராளமாக வழங்குகிறேன் ஆனால் அத்தனையையும் கேட்டுக்கொள்கிறார்களே தவிர பின்னர் வருகிறேன் என்று சொல்லிவிட்டுச் சென்றுவிடுகிறார்கள். நான் மீண்டும் தொடர்பு கொண்டாலும் என்னால் அவர்களைக் கவர முடியவில்லை. எனது டார்கெட் பூர்த்தியாகவே இல்லை.

'சரி, நீங்கள் அவர்கள் கேட்கும் விவரங்களில் முழு அறிவு பெற்றிருக்கிறீர்கள் என்று தெரிகிறது.அந்த விவரங்களைத் தவிர, வாய்ப்புத்தேடி உங்களிடம் வரும் மாணவர்களின் உண்மையான தேவை என்னவென்று தெரியுமா? உங்களது மாணவனின் பெற்றோர்கள் செலவழிக்கக்கூடிய தொகை எவ்வளவு என்று தெரியுமா?

நீங்கள் செய்ய வேண்டியது ஒவ்வொரு மாணவனின் அப்போதைய கல்வித்தகுதியையும் அவன் வாங்கிய மதிப்பெண்களையும் பின்னர் அவனது தேவைகளையும் முதலில் உங்களது சிஸ்டத்தில் பதிவு

செய்யுங்கள். அவனது பெற்றோர்களால் செலவழிக்க முடிந்த தொகையை அதற்கெதிரே குறித்துக்கொள்ளுங்கள்.

அந்த மாணவர் போக விரும்புகிறாரே அந்த நாட்டின், அந்தக் கலாசாலையின் சட்ட திட்டங்களை ஒருபக்கம் பட்டியலிடுங்கள்.

அதைத் தவிர அந்தக் குறிப்பிட்ட பாடப்பிரிவுகள் மற்ற தேசங்களில் எந்தச் செலவில் கிடைக்கின்றன என்பதையும் குறித்து வையுங்கள். அங்குள்ள கலாசாலைகளின் மதிப்பு, சட்ட திட்டங்கள் இவற்றையும் பட்டியலிடுங்கள்.

அதுமட்டும் போதாது! இவ்விவரங்களை பொருத்தி உங்களது சிஸ்டத்தில் ஒரு தேர்வுப் பட்டியலை உருவாக்குங்கள். அதை ஒன்றிலிருந்து ஐந்துவரை வரிசைப்படுத்துங்கள்.

இவ்வாறு வாய்ப்புதேடி வரும் மாணவர்களின் கல்வித்தகுதி -தேவை - சூழல் - பட்ஜெட்- ஒன்றைத் தயாரித்து அவர்களுடன் பேச்சு வார்த்தை நடத்துங்கள். அதன் பிறகு பாருங்கள் உங்கள் நிறுவனத்தின் முன்னேற்றத்தை!' என்று அறிவுரை வழங்கினேன்.

2. போதுமான தயாரிப்பின்மை

விஷயஞானம் இருந்தாலும் அவற்றை ஒரு தர்க்க ரீதியாக முன் வைக்க சரியான தயாரிப்பு இருக்க வேண்டும். சிலர் தம்மீது அளவுக்கு மீறிய நம்பிக்கை வைத்து முறையாக விவரங்களைச் சேகரித்துப் பட்டியல் இடாமல் சந்திப்பதற்குச் சென்று இக்காரணத்தால் தோல்வியைத் தழுவ வாய்ப்புண்டு.

இதைக் கூறும்பொழுது எனக்கு ஒரு சம்பவம் நினைவுக்கு வருகின்றது. எங்கள் துபாய் நிறுவனத்திற்குத் தங்கள் தயாரிப்புகளை உற்பத்தி செய்து வினியோகிக்கும் ஃபிரெஞ்சு கம்பெனி நிறுவனத்தார், கார்ஃபோரில் 'ஷாப்பர் மார்க்கெட்டிங்'என்ற ஒரு புதிய உத்தியைக் கையாளுவதற்கு ஒரு மார்க்கெட்டிங் நிறுவனத்துடன் ஒப்பந்தம் செய்து இருந்தனர்.

அவர்களுடைய மேலதிகாரியை அது சம்பந்தமாக கார்ஃபோர் நிறுவனத்தின் அதிகாரிகளுடன் பேச்சுவார்த்தை நடத்துமாறு கோரி இருந்தனர்.

அந்த பிரெஞ்சு கம்பெனியின் வினியோகஸ்தர்கள் என்ற முறையில் நானும் எனது சகாவும் சென்றிருந்தோம்.

கார்ஃபோர் அலுவலகத்தில் குறிப்பிட்ட மார்க்கெட்டிங் நிறுவனத்தின் மேலாளரைக் கண்டபோது அதிர்ச்சி அடைந்தோம். முதலாவது

அவர் ஒரு சாதாரண காஷுவல் டீ ஷர்ட் அணிந்து சந்திப்புக்கு வந்திருந்தது.

இரண்டாவது, ஒரு மடித்து வைத்திருந்த காகிதத்தைத் தவிர அவரிடம் தயாரிப்பு ஒன்றும் இல்லாதிருந்தது.

சந்திப்பு அறைக்குள் நுழைந்ததும் இவர் கார்ஃபோர் அதிகாரியின் முன்பு மேசையில் இந்த ஒரு காகிதத்தை டேபிளில் இட்டுப் பேசத் தொடங்கினார்.

சரியான முன் தயாரிப்புகள் இல்லாதிருந்ததனால் அவரது பேச்சு சுவாரஸ்யம் அற்றதாயிருந்தது. நல்லவேளையாக நாங்கள் அதுபற்றி பல விவரங்களை நன்கு படித்து வைத்திருந்ததனால் எங்கள் தரப்பிலிருந்து கூடுதல் விவரங்களைத் தந்தோம்.

அத்துடன் நில்லாமல் மீண்டும் அடுத்த சந்திப்புக்கு நாள் குறித்து, அதன்படி மேலும் சுவாரஸ்யமான விவரங்களை கார்ஃபோடுடன் பகிர்ந்து கொண்டு எங்களது உற்பத்தி நிறுவனம் எதிர்பார்த்த நல்விளைவுகளைக் காண்பித்தோம்.

3. மிக முக்கியமான மற்றொரு காரணம், விற்பனையாளரிடம் தன்னம்பிக்கை இல்லாதிருப்பது

உரையாடலின் தொடக்கத்திலேயே தான் தோற்றுவிடுவோமோ என்ற அச்சத்திலேயே தொடங்குபவர் அந்தப் பயத்தினாலும், தன்னம்பிக்கை இல்லாததாலும் தனது விவரங்களை பலமாக, அழுத்தமாக முன் வைக்க முடியாமல் போய்விடும்.

Knowledge is power என்பார்கள். முழுமையாகத் தகவல்களை சேகரித்துக்கொண்டு, அவற்றைச் சரியான முறையில் தயார் செய்து வைத்து, சொல்ல வேண்டிய விஷயங்களைத் தெளிவாகச் சொல்லி ஒத்திகை பார்த்தபின் சந்திப்புக்குச் சென்றால் இந்த அச்சத்தையும் நம்பிக்கை இன்மையையும் கட்டாயமாகத் தவிர்க்கலாம்.

4. சந்திப்புக்குக் குறிப்பிட்ட நேரத்திற்குச் செல்லாமை

பொதுவாக ஒப்பந்தப் பேச்சுவார்த்தைக்குச் செல்லும்போது நான் ஒரு பழக்கத்தைக் கையாள்வேன். அது குறிப்பிட்ட நேரத்துக்கு 20 அல்லது 25 நிமிடங்களுக்கு முன்பாகவே செல்வதுபோல் திட்டமிடுவது.

நாம் சற்று முன்னரே சென்று சேரும்போது நம்மிடம் படபடப்போ, அச்சமோ உண்டாகாது. கிடைத்த 15 அல்லது 20 நிமிடங்களில்

மீண்டும் ஒருமுறை மனதில் நாம் சொல்லவேண்டிய விவரங்களை முன்னோட்டம் இட்டுப் பார்ப்பது மிக நல்லது.

சிலர் சந்திப்புக்களை மிகச் சாதாரணமாக எடுத்துக்கொண்டு திட்டமிடாமல் புறப்பட்டு, டிராஃபிக்; காரணமாகவோ அல்லது வேறு காரணங்களினாலோ சமயத்துக்கு சந்திப்புக்கு வராமல் நேரம் தாழ்த்தி வந்து, படபடப்புடன் வாதங்களை வைத்து சரியாக முடிக்க முடியாமல் தோல்வியுறுவதைப் பார்த்திருக்கிறேன்.

முதல் கோணல், முற்றும் கோணல் !

இதில் இன்னுமொரு பரிமாணமும் உண்டு. ஒருவேளை எதிர்பார்க்காத காரணத்தால் நேரம் கடந்து வரவேண்டிய நிலை ஏற்பட்டால், தவறாமல் கைபேசியில் நாம் காணவேண்டிய நபரை அழைத்து அதற்கு மன்னிப்புக் கோரி இத்தனை சமயத்தில் வந்து சேர்ந்து விடுவோம் என்று முன்பாகவே கூறிவிட்டால், மேற்படி வாடிக்கையாளர் அதற்கேற்ப தனது அலுவல்களை அமைத்துக் கொள்ள ஏதுவாகும்.

அவ்வாறு செய்யாமல் காலம் தாழ்த்திச் சென்றவர்களை அவர்கள் காணவேண்டியவர்கள் தாட்சண்யமில்லாமல் காண மறுத்து திருப்பி அனுப்புவதை நான் கண்டிருக்கிறேன்.

எனது நண்பர் ஒருவருக்கு இந்தப் பழக்கம் இருந்தது. மீட்டிங்கை ஃபிக்ஸ் செய்துவிட்டு அதை அடியோடு மறந்து பற்பல அலுவல்களில் ஈடுபட்டு இருப்பார். கடைசி நிமிடத்தில் அது ஞாபகத்துக்கு வர காரை எடுத்துக்கொண்டு அசுர வேகத்தில் செல்வார்.

அதற்குள் வாடிக்கையாளர் இவரை செல்லில் கூப்பிட்டு ஏன் இன்னும் வரவில்லை என்று கேட்டால், 'இதோ வந்துவிட்டேன். I am On the way' என்று போட்டு வைப்பார். சில சமயம் அவ்வாறு போன் கால் வரும்போது அவர் ஆஃபீஸிலேயே இருப்பார். ஆனால், 'I am On the way' என்று கூசாமல் அடிப்பார்!

அவரது வாடிக்கையாளர்கள் ஆரம்பத்தில் அவரது வயதையும் அனுபவத்தையும் கருத்தில் கொண்டு அதைப் பெரியதாக எடுத்துக்கொள்ளவில்லை. ஆனால் இதே பழக்கம் தொடர்ந்தபோது அவர்களால் இதைப் பொறுத்துக்கொள்ள முடியவில்லை.

ஒரு பெரிய ஐரோப்பிய ரீடெய்ல் செயினின் தலைமை அலுவலகத்திற்கு இவ்வாறு அவர் காலம் தாழ்த்திச் சென்றார். காண வேண்டிய பெரும் புள்ளி, காலம் கடந்து விட்டதால் தான் தனது மற்ற பணிகளில் பிசியாக

இருப்பதாகவும் அதனால் அவருக்கு நேரம் ஒதுக்க முடியாது என்றும் தாட்சண்யமில்லாமல் கூறி அவரை திருப்பி அனுப்பி விட்டார்!

ஆகவே காலத்தைச் சரியாகத் திட்டமிட்டுச் சந்திப்புக்குச் செல்வது மிக முக்கியமாகும்.

5. வாங்கும் சமிக்ஞைகளை (buying signal) அறிந்து கொள்ளாமை

நீங்கள் வாதங்களை முன்வைக்கும்போது உங்களது வாடிக்கையாளர் சில சமிக்ஞைகளை முன் வைப்பர். அவற்றை உடனே புரிந்து கொண்டு விற்பனையை 'க்ளோஸ்' செய்யும் திறமை வேண்டும்.

உதாரணமாக நீங்கள் ஒரு புதிய தயாரிப்பைப்பற்றி விளக்கிக் கொண்டிருக்கிறீர்கள்.

இடையே உங்களது வாடிக்கையாளர் 'எனது கடையில் இது எந்த அளவுக்கு விற்க வழி இருக்கிறது?' என்றொரு கேள்வியை முன் வைத்தால், அவர் உங்களது தயாரிப்பை வாங்கத் தயாராக உள்ளார் என்ற சமிக்ஞையைத் தெரிவிக்கின்றது.

உடனே அந்த சிக்னலை ஒரு விற்பனையாக மாற்ற வேண்டும்.

சில பேச்சுவார்த்தைகளின்போது உங்களது வாடிக்கையாளர் 'உங்களது ஒப்பந்தத்தை கொள்கையின் பிரகாரம் ஒப்புக்கொண்டாலும் உடனே நடைமுறைப்படுத்த இயலாமல் இருக்கிறேன் என்றால் உடனே அந்த சிக்னலைப் பிடித்துக்கொண்டு, 'அடுத்த மாதம் முதல் இதை நடைமுறைப்படுத்தலாமா?' என்று ஒரு கால எல்லையைக் குறிப்பிட்டு ஒப்பந்தத்தை 'க்ளோஸ்' செய்ய வேண்டும்.

சிலவகை பேரப்பேச்சுகளில் நீங்கள் பலவிதமான மாடல்களை உங்களது வாடிக்கையாளர்களுக்குள் காண்பித்துக் கொண்டிருப்பீர் கள். அப்போது அவர்களுடைய கண்கள் ஏதாவதொரு குறிப்பிட்ட மாடல்மீது நிலை குத்தி நின்றால் உடனே அந்த சிக்னலை முன்வைத்து அந்தக் குறிப்பிட்ட மாடல் தயாரிப்பைப் பற்றிய கூடுதல் விவரங்களை பலமாக முன்வைத்து விற்பனையை 'க்ளோஸ்' செய்ய வேண்டும்.

இதற்கு முன்பு நாம் கண்ட கலாட்டா கம்பெனி ஒப்பந்தப் பேச்சு வார்த்தையை நீங்கள் உற்றுக் கவனித்திருந்தீர்கள் என்றால் இந்த Buying signal ஐயும் கவனித்திருப்பீர்கள்.

அதில் கம்பெனி முதலாளி, 'அதெல்லாம் சரி, ஒரு 7 சதவிகித வித்தியாசத்திற்காக நான் எங்களது தற்போதைய விநியோகஸ்தரை மாற்ற விரும்பவில்லை.' என்கிறார் அல்லவா?

அவர் என்ன சமிக்ஞை கொடுக்கிறார்?

'நான் உங்களது தயாரிப்பை வாங்கத் தயாராக இருக்கிறேன். தள்ளுபடியைக் கூட்டினால் போதும்.' என்றுதானே!

வாங்கும் சமிக்ஞைகளைப் புரிந்துகொள்ள நமக்கு வேண்டியது சமயோசித அறிவுதான்.

எந்த நேரத்தில் அந்த சிக்னல் வந்தாலும் அதை உடனே கண்டுபிடித்து நேரம் கடத்தாமல் 'க்ளோஸ்' செய்வது ஒரு கலை என்றும் கூறுவேன். இதைத்தான் ஆங்கிலத்தில் கூறும்போது 'ABC of Closing' அதாவது 'Always Be Closing' என்பார்கள்.

சில சமயங்களில் நீங்கள் பலமாக ஓபனிங் செய்து தொடங்கும்போதே உங்களது வாடிக்கையாளர் மகிழ்ந்து உங்களது பொருளை வாங்க முடிவெடுக்கக் கூடும். அவ்வாறு அவர் தனது விருப்பத்தைத் தெரிவிக்கையில் அதைக் கண்டுகொள்ளாமல், முழு விவரங்களை யும் கிளிப்பிள்ளைபோல் ஒப்பித்துக் கொண்டிருந்தால் கைக்குக் கிடைத்தது சில சமயம் வாய்க்குக் கிடைக்காமல் போகக் கூடும்.

திருவள்ளுவர் கூறியிருப்பதுபோல்,

'கொக்கொக்க கூம்பும் பருவத்து மற்றதன் குத்தொக்க சீர்த்த இடத்து'

கொக்கானது பொறுமையாக இரைக்கு வேண்டி காத்துக் கிடக்குமாம். அதன் இரை கண்ணில் பட்டவுடன் ஒரே கொத்தில் அதை கவ்விக் கொண்டு போய்விடுமாம். அதுபோல் உங்களுக்கு வாடிக்கை யாளரின் பையிங் சிக்னல் கிடைத்த உடனேயே அதை விற்பனையாக ஆக்கும் திறன் கொக்கைப் போன்று இருக்க வேண்டும்.

ஆமாம் நண்பர்களே! விற்பனையில் கடைசிப்படியாகிய 'க்ளோஸிங்' மிக முக்கியமானது.

விற்பனையை ஒரு நல்ல முடிவுக்குக் கொண்டு வந்து உங்களது லாபத்தைக் கூட்டக் கூடியது.

உதாரணத்துக்குச் சொல்வதென்றால் கண்களில் தொடங்கிக் கல்யாணத்தில் முடியும்; காதலில்கூட தக்க தருணத்தில் ப்ரொபோசலை க்ளோஸ் செய்யாவிட்டால் மோகன ராகத்தில் தொடங்கி முகாரி ராகத்தில் முடித்த கதையாவிடும்!

14

நெருக்கடி மேலாண்மை

(Crisis Management)

தொழில் நடத்துகின்ற ஒவ்வொருவரும் எதிர்கொள்ள வேண்டி வருகின்ற ஒரு முட்டுக் கட்டை இந்த நெருக்கடி நிலைமை. ஏன், தொழிலில் மட்டுமல்ல தினசரி வாழ்க்கையிலும் எத்தனை நெருக்கடிகளை எதிர்கொள்கிறோம்?

அடிப்படை குடி நீர் பிரச்னையிலிருந்து பிள்ளை களை மேற்படிப்புக்கு அனுப்புவதுவரை எத்தனை எத்தனை நெருக்கடிகள்!

தண்ணீர் என்றதும் எனக்கு நினைவுக்கு வருவது எங்கள் அடுக்குமாடி அப்பார்ட்மெண்ட்டில் நாங்கள் பட்டபாடு!

துபாயிலிருந்து நான் சென்னைக்குக் குடியேறியதும் கிடைத்த முதல் ஷாக் இது!

நிலத்தடி நீர் மிக உப்பு கரிக்கின்றது என்று சொல்லி இங்கு இருந்த புத்திசாலிகள் நிலத்தடி நீர் (Bore தண்ணீர்) உபயோகிப்பதை அடியோடு நிறுத்தியிருந்தார்கள்.

அதுமட்டுமல்லாமல் அந்தத் தண்ணீரை உபயோகித்தால் வீட்டிலுள்ள வாஷிங்மெஷின்,

ஹீட்டர் எல்லாம் கெட்டுப்போய்விடும் என்று ஒரு புரளியை வேறு கிளப்பி விட்டிருந்தனர்!

தங்கள் தேவைக்கான தண்ணீரை லாரிகள் மூலம் அதிக விலை கொடுத்து வாங்கி அச்செலவை ஒவ்வொரு அபார்ட்மெண்ட்டுக்கும் அவர்கள் உபயோகிப்பதை அனுசரித்து சார்ஜ் செய்து வந்தார்கள்.

அந்தக் கோடை நாள்களில் வறட்சி காரணமாக அந்த லாரி தண்ணீரும் கிடைக்காது போகவே எங்களது மாண்பு மிகு செகரெட்டரியும் கைவிரித்துவிட்டார்! வேறு வழியில்லாமல் வீட்டைப் பூட்டிவிட்டு எனது அன்னையின் வீட்டில் போய் தங்கியிருந்துவிட்டு லாரி தண்ணீர் வந்தபின் திரும்பி வந்தோம்!

அடுத்த சில மாதங்களில் நான் செகரெட்டரியாக பொறுப்பேற்றேன். உடனே நான் செய்த முதல் காரியம் அந்த Bore போட்டிருந்த மோட்டாரை ரிப்பேர் செய்தது. தண்ணீரை கொஞ்சம் எடுத்துக் குடித்துப்பார்த்தேன், உப்பு கரித்தது. ஆனால் அத்தனை மோசமாயில்லை.

ஒரு பக்கெட் தண்ணீரைக் கொண்டுபோய் அதில் குளித்துப்பார்த்தேன். சருமத்தில் அவர்கள் குறிப்பிட்டதுபோல் எந்த எரிச்சலும் இல்லை.

எங்களுக்கு பக்கத்து அபார்ட்மெண்டின் செகரெட்டரியுடன் பேசினேன். அவர் தங்களது Bore போட்ட நிலத்தடி நீரும் தொடக்கத்தில் மிகவும் உப்பு கரித்ததாகவும் நாள்பட நாள்பட அது மேம்பட்டதாகவும் கூறினார்.

உடனே தீர்மானித்தேன், இதை நாம் வாங்கும் லாரி தண்ணீருடன் கலந்து மேலே ஏற்றுவது என்று.

தொடக்கத்தில் ஒரு 10 சதவிகிதம் Bore தண்ணீரைக் கலந்தேன். ஒருவரிடமிருந்தும் எந்தப் புகாரும் வரவில்லை. இதை எல்லாருக்கும் தெரிவித்தேன். அவர்களும் தாங்கள் ஒரு வித்தியாசத்தையும் காணவில்லை என்ற உண்மையைத் தெரிவித்தார்கள்.

பின்னர் கலப்பு விகிதத்தை 20 சதவிகிதம் ஆக்கினேன். ஒருவரைத்தவிர (அவரும் தனது ஈகோ காரணத்தால்தான்) மற்ற எல்லோரும் அதை ஆமோதித்தார்கள். அதற்குப்பின் நல்ல மழை பெய்து நிலத்தடி நீரும் நன்கு ஊறியது மட்டுமல்லாமல் உப்புத்தன்மையும் குறைந்து விட்டிருந்தது.

‘தொட்டனைத் தூறும் மணற்கேணி’ அதாவது ‘எடுக்க எடுக்கத்தான் சுரக்கும்’ என்ற அடிப்படை தத்துவத்தை மறந்துவிட்டிருந்தார்கள் இந்த மகானுபாவர்கள்!

பின்னர் என்ன? 30, 40 சதவிகிதம் என்றாகி இப்போது 50 சதவிகிதம் வரை அந்தத் தண்ணீரை உபயோகிக்கின்றோம்!

அசோசியேஷன் அங்கத்தினர்களுக்கும் மகிழ்ச்சி, தங்கள் செலவு குறைந்ததைக்கண்டு!

அடுத்த வருட வெள்ளத்தினால் மின்சாரம் ஒரு வாரத்திற்கு இல்லாமல் லாரி தண்ணீர்காரர்கள் தண்ணீர் சப்ளையை நிறுத்தியபோது எங்களுக்கு முழுதும் கை கொடுத்தது இந்த நிலத்தடி தண்ணீர்தான்! இல்லை என்றால் மிகவும் துன்பப்பட்டிருப்போம். நல்லவேளையாக ஒரு பெரிய நெருக்கடியிலிருந்து தப்பினோம்!

இந்தப் பரிசோதனையில் நாம் தெரிந்து கொள்வதென்ன?

ஏதோ தற்காலத்திற்கு ஒரு வழி உண்டாக்கி விட்டோம் என்று நினைத்தால் போதாது. வருங்காலத்தையும் நினைத்துப்பார்க்கவேண்டும். அதற்கு வேண்டிய நடவடிக்கைகளை நன்கு ஆராய்ந்து எடுக்க வேண்டும். அம்முயற்சிகளில் வரும் எதிர்ப்புக்களை திறமையுடன் சமாளிக்க வேண்டும்.

சரி இப்போது நெருக்கடி எப்படி உருவாகிறது? ஏன் வருகிறது? எங்கிருந்து வருகிறது? அதன் தன்மைகள் என்ன? என்பவற்றைப் பார்ப்போம்.

இவற்றை முழுவதும் அறிந்து கொண்டால்தான் அத்தகைய நெருக்கடி வராமல் பார்த்துக்கொள்ளமுடியும் அல்லது எதிர்பாராமல் வந்து விட்டால் அதைச் சரியாக சமாளிக்க முடியும்.

நெருக்கடி உண்டாவதற்கான காரணங்கள்

1. சரியாகத் திட்டமிடாமை

எந்த ஒரு தொழில் நடத்தும்போதும் முதலில் செய்ய வேண்டியது முழுமையான திட்டம் தயாரிப்பது.

விற்பனை நேர்காணலின் பல பரிமாணங்களை நான் விவாதிக்கும் போது திட்டமிடுதலைப்பற்றி விரிவாகக் கூறியுள்ளேன்.

ஒரு பொருளைத் தயாரிக்கும் முன்பு அது விற்பதற்கான சாத்தியக் கூறுகளை சரியாக அறியாமல் தயாரிக்கும் மெஷின்களை தட்டி விட்டால் ஒன்று அது விற்பனை வேகத்துக்கு ஈடுகொடுக்கமுடியாமல் சந்தையில் வெற்றிடத்தை உண்டாக்கி நுகர்வோரை ஏமாற்றத்துக் குள்ளாகும்.

அல்லது விற்பனை குறைந்து ஸ்டாக் முடங்கி தேக்கத்தில் கொண்டு போய்விடும். அதுவும் காலாவதி தேதியிட்ட இட்ட சாதனமாக இருந்தால் அது காலாவதியாவதற்குள் எப்படியாவது பாதிக்குப் பாதி விலைக்காவது விற்றுவிடவேண்டும் என்று விற்றுத்தள்ளி அது பெருத்த நட்டத்தில் கொண்டுவிடும்.

ஆகவே நெருக்கடியைத் தவிர்க்க முதல் ஆயுதம் திட்டமிடல்.

இதில் பல பரிமாணங்கள் உள்ளன.

சிலர் மேலெழுந்தவாரியாகத் திட்டமிடும் பழக்கத்தைக் கொண்டுள்ளனர். நான் பரிந்துரைப்பது ஆழமான தீர்க்கமான திட்டமிடும் முயற்சி (Micro planning).

உதாரணமாக உங்களது தயாரிப்பின் விற்பனைத் திட்டத்தை உண்டாக்குகிறீர்கள் என்று வைத்துக்கொள்வோம்.

அதில் எத்தனை பரிமாணங்கள் உள்ளன!

- கடந்த வருடங்களில் சராசரி விற்பனை எத்தனை?
- கடந்த ஒரு வருடத்தில் சராசரி எவ்வளவு?
- கடந்த 3 மாதங்களின் நிலைமை (recent trend).
- இதன் போட்டி சாதனத்தின் விற்பனை.
- சந்தைகளில் எத்தனை சந்தைகள் நமது செயலாக்கத்தில் உள்ளன?
- விடுபட்ட சந்தைகளின் விற்பனை சாத்தியக்கூறுகள்?
- எத்தனை கடைகள் நமது coverage இல் உள்ளன?
- விடுபட்ட கடைகள், அதன் விற்பனை சாத்தியக்கூறு.
- சந்தைகளின் பொருளாதார நிலைமை.
- நாம் செயல்படுத்தப் போகின்ற விற்பனை விளம்பரங்கள் (Sales Promotions).

இவ்வாறு எல்லாப் பரிமாணங்களையும் அலசி ஆராய்ந்து மைக்ரோ லெவல் திட்டமிடுதல் செய்து அதன் பிரகாரம் தயாரிக்க முற்பட்டால் தேக்கமோ, ஸ்டாக் அவுட் (stock-out) நிலையோ வராமல் நெருக்கடியைத் தவிர்க்கலாம்.

இத்தகைய திட்டமிடல் என்பதை 'ஒரு வருமுன் காப்பான்' என்று நான் கூறுவேன். நான் ஐக்கிய அரபு நாடுகளில் பெற்ற அனுபவம் ஒன்றை உங்களுடன் பகிர்ந்து கொள்கிறேன்.

பொருளாதார சீர்குலைவால் உலகமே ஆடிப்போயிருந்த காலம் அது.

அந்தச் சமயத்தில் துபாய் முனிசிபாலிடி மேலாளர்கள் நுகர்வோர் நலன்களைப் பாதுகாக்க ஏராளமான நடவடிக்கைகளை எடுத்திருந்தனர்.

முனிசிபாலிடியின் தலைவர் அங்குள்ள FM சானல்கள் மூலமாக தாங்கள் எடுக்கின்ற நடவடிக்கைகளை மக்களுக்கு எடுத்துரைப்பார். பொதுமக்கள் தங்களது குறைகளையோ அல்லது புகார்களையோ அவரிடம் நேராகக் கூறலாம். அவரும் அவற்றிற்குப் பதில் கூறுவார்.

அந்தச் சமயத்தில் நாங்கள் ஃப்ரெஞ்சு நாட்டிலிருந்து இறக்குமதி செய்து வந்த 'Lesieur' என்ற சமையல் எண்ணெய் உற்பத்தியாளர்கள் மூலப்பொருள்களில் ஏற்பட்ட விலை உயர்வு காரணமாக தங்களது தயாரிப்பின் ஏற்றுமதி விலைகளை எங்களுக்கு கூட்டப்போவதாக அறிவித்தனர்.

நான் ஏற்கெனவே கூறியதுபோல முனிசிபாலிடி மேலாண்மை யாளர்கள் நுகர்வோருக்கு எதிரான நடவடிக்கைகளைக் கடுமையாக எதிர்த்திருந்த நேரம் அது.

முனிசிபாலிடிக்கு அறிவிக்காமல் விலைகளை ஏற்றினால் மிகப்பெரிய பின்விளைவுகளைச் சந்திக்க வேண்டி வரும் என்று Lesieur நிறுவனத்துக்கு அறிவித்து அவ்விலை ஏற்றத்தைச் சற்று ஒத்திப் போட்டேன்.

அந்த நிறுவனத்தாரிடம் தகுந்த ஆதாரங்களுடன் அவர்களது மூலப் பொருள்களின் விலை ஏற்ற விவரங்களை எங்களுக்கு சமர்ப்பிக்கச் சொன்னேன்.

அவர்களும் கடந்த 5 வருடங்களில் சூரியகாந்தியின் அறுவடை அவர்கள் நாட்டில் மட்டுமல்லாது அவர்கள் அவ்விதைகளை வழக்கமாக வாங்கும் நாடுகளான அர்ஜென்டினா, உக்ரைன் நாடுகளிலும் வறட்சியால் விவசாயம் எவ்வளவு பாதிக்கப்பட்டிருக்கின்றது என்ற புள்ளி விவரங்களை மிக நன்றாகப் பட்டியலிட்டு அவர்களது செலவுகள் எவ்வளவு கூடியிருக்கின்றன என்பதையெல்லாம் விளக்கி பல தகவல்களை அனுப்பினார்கள்.

நாங்கள் அவற்றை எல்லாம் தொகுத்து ஒரு ஃபோல்டரை உருவாக்கினோம்.

பிறகு முனிசிபாலிடி தலைவரைச் சந்திக்க முன்பதிவு செய்தோம்.

தொடக்க உரையாடலில் நான் அவருடைய எஃப்.எம். சானல் சம்பாஷணைகளை வெகுவாகப் புகழ்ந்து அது நுகர்வோர்களுக்கு

எத்தகைய ஒரு நம்பிக்கையை அவர்கள் மேல் கொடுத்திருக்கிறது என்பதைப் பாராட்டிப் பேசினேன்.

அது அவரை மிகவும் மகிழ்ச்சிக்குள்ளாகியது.

பின்னர் எங்களது Lesieur சூரியகாந்தி எண்ணெயின் விஷயத்துக்கு வந்தேன்.

அதன் உலகத்தரம், மக்களின் நன்மதிப்பு, அதனுடைய Market share போன்ற விவரங்களை ஆதாரத்துடன் சமர்ப்பித்து, விலை ஏற்றத்துக்கான காரணங்களையும் தகுந்த ஆதாரங்களோடு விளக்கி நாங்கள் உருவாக்கி வைத்திருந்த ஃபோல்டரை அவருக்குச் சமர்ப்பித்தேன்.

அவர் நாங்கள் எடுத்துக்கொண்ட முயற்சிகளை வெகுவாகப் பாராட்டி அவ்விவரங்களை தனது உதவியாளரிடம் கொடுத்து சரிபார்த்தபின் ஒரு வாரத்துக்குள் நாங்கள் சந்தையில் விலை ஏற்றுவதற்கு அனுமதியை எழுத்து வடிவத்தில் வழங்கினார்.

இந்த முயற்சியை நாங்கள் சரியான நேரத்தில் சரியான முறையில் எடுத்திருக்காவிட்டால் என்ன ஆயிருக்கும்?

புதிய விலையில் ஸ்டாக் வந்து துறைமுகத்தில் இறங்கியிருக்கும். முனிசிபாலிடி விலை ஏற்றத்துக்கு மறுத்திருக்கும். நாங்கள் அவர்கள் பின்னே ஓடிக்கொண்டிருப்போம். எண்ணெயின் வாழ்வு குடோனில் கழிந்துகொண்டிருக்கும். பின்னர் விற்கமுடியாது நட்டத்தில் கொண்டுபோய் சேர்த்திருக்கும்!

நாங்கள் 'வருமுன் காப்பான்' என்ற முறையில் செயல்பட்டதனால் முனிசிபாலிடி அனுமதியுடன் சரக்கை இறக்குமதி செய்தோம், வியாபாரத்தைக் காத்தோம்.

மற்ற நிறுவனங்கள் அவ்வாறு வருமுன் காக்கும் நடவடிக்கைகளில் இறங்காத காரணத்தால் விலை ஏற்றத்துக்கான அனுமதியை சமயத்தில் பெறாமல், வந்த சரக்கை விற்க முடியாததுடன், மார்க்கெட்டிலும் சரக்குகள் இல்லாத காரணத்தால் தங்களது வாடிக்கையாளர்களின் ஆதரவையும், பங்குச் சந்தை மதிப்பை இழந்ததையும் கண்கூடாகக் கண்டோம்.

2. தகவல் தொடர்பு

நீங்கள் உங்களது தொழில்முறை பங்குதாரர்களிடம் எத்தகைய தொடர்பு வைத்திருக்கிறீர்கள்? உங்களது தொழிலின் ஒவ்வொரு செயல் திட்டத்தையும் உங்களது பங்குதாரர்கள் போன்ற வினியோகஸ்தர்

களுக்கு, உங்களது மேலாளர்களுக்கு, உங்களின் கீழுள்ள குழுவினர்க்கு சரியான சமயத்தில் பகிர்ந்து கொள்கிறீர்களா?

இதைப்பற்றிக் கூறும்போது ஒரு சம்பவம் எனக்கு நினைவுக்கு வருகின்றது. நாங்கள் உலகப்புகழ் பெற்ற 'சீஸ்' தயாரிப்புகளை ஃப்ரெஞ்சு நாட்டிலிருந்து இறக்குமதி செய்து ஐக்கிய அரபு நாடுகளில் வினியோகம் செய்து வந்தோம் என்று கூறி இருந்தேன் அல்லவா?

அந்தக் கம்பெனியின் விற்பனை மேலாளர் பொதுவாகக் கடைப்பிடிக்கும் ஒரு நல்ல கோட்பாடு என்னவென்றால், எந்த ஒரு பேச்சுவார்த்தையாகட்டும் எங்களது வியாபார நிமித்தமாக எங்களது எல்லைக்குட்பட்ட இடத்தில் நடந்தாலும் எங்களது பிரதிநிதியாக என்னையோ அல்லது எனது சகா யாரையாவதோ அழைத்துக் கொண்டு செல்வது வழக்கம்.

இது ஏனென்றால் நடக்கும் பேச்சுவார்த்தைகள் சம்பந்தமாக ஏதேனும் தொடர்புக்குறைபாடுகள் (Communication gap) எங்களுக்குள் வந்துவிடக்கூடாதே என்பதுதான்.

அப்படி இருக்கும்போது உலகளாவிய அளவில் வளர்ந்திருந்த ஒரு புகழ் பெற்ற ஹைப்பர் மார்க்கெட்டின் தலைவர்கள் நான் குறிப்பிட்ட எங்களது பிரின்சிபல் கம்பெனியின் மேலாளரை ஒரு சந்திப்புக்கு அழைத்திருந்தனர். அவர்கள் அந்தச் சந்திப்பின் காரணத்தைக் குறிப்பிடும்போது அது எங்கள் பிரின்சிபல் கம்பெனிக்கும் தங்களது ஹைப்பர் மார்க்கெட்டிற்கும் உள்ள 'உலகளாவிய வர்த்தக ஒப்பந்தம்' (World Trade agreement) என்று ஒரு பீடிகை போட்டு நாங்கள் அந்த சந்திப்பிற்கு வராதவாறு பார்த்துக்கொண்டார்கள்.

ஏனென்றால் அவர்களுக்குத் தெரியும், நாங்கள் எங்களது வாதத்திறமையாலும், புள்ளி விவரங்களாலும் அவர்களது அடாவடியான கோரிக்கைகளை பலமிழக்கச்செய்து விடுவோமென்று!

எங்களது பிரின்சிபல் மேலாளரும் அதற்கு ஒப்புக்கொண்டு அந்தச் சந்திப்புக்குச் சென்றார். எங்களிடம் அவர் சந்திப்பின் காரணத்தைச் சொன்னபோது நாங்கள் அவரை மிகவும் எச்சரிக்கையாக இருக்கும் படியும் ஏதாவது பலமான கோரிக்கையை அவர்கள் வைத்து உங்களது கையை முறுக்க முயன்றால் அவற்றைக் கட்டாயமாக ஆலோசித்து பின்னர் முடிவைச் சொல்வதாகவும் கூறுவதுடன், சந்திப்பின்போதே எந்த ஷரத்துக்கும் உடன்படவேண்டாம் என்றும் அறிவுறுத்தினோம்.

அவர் குறிப்பிட்ட நாளில் அந்த சந்திப்புக்குச் சென்றார். நாங்கள் எதிர்பார்த்தது போலவே நடந்தது.

ஹைப்பர் மார்க்கெட் தனது உலகளாவிய வர்த்தக ஒப்பந்தத்தை மத்திய தரை நாடுகளிலும் அமல் படுத்துவதாகக் கூறி, எங்களது வியாபாரத்தில் ஒரு சுளையான விகிதத்தை அதற்குத் தந்தாக வேண்டும் என்று வலியுறுத்தியது.

எங்களது பிரின்சிபல் மேலாளர் அந்த விகிதத்துக்கு ஒப்புக் கொண்டால் எலி ஒரு பொறியில் விழுந்தது போலாகும் என்று நினைத்து விற்பனை விகிதத்துக்குப் பதிலாக ஒரு குறிப்பிட்ட பெரிய தொகை தருவதாக ஒப்புக்கொண்டு அதற்குப் பிரதியாக அந்த ஹைப்பர் மார்க்கெட் ஐக்கிய அரபு நாடுகளில் உள்ள தனது எல்லாக் கிளைகளிலும் எங்களது நுகர்வோர் சலுகைகளை (Consumer Promotions) இலவச கொண்டோலாக்களுடன் அமல்படுத்தவேண்டும் என்று ஒரு கோரிக்கை விடுத்து சந்திப்பை முடித்துக்கொண்டார்.

அவர் பின்னர் என்னிடம் தொடர்பு கொண்டு நடந்த விவரங்களைக் கூற நான் உடனே அவரை எச்சரித்தேன். 'அவர்களைப்பற்றி எங்களுக்கு நன்றாகத் தெரியும். நீங்கள் பேசிய அத்தனை விஷயங்களையும் அடக்கி ஒரு இமெயில் அவர்களுக்கு அனுப்பி அதன் நகலையும் எங்களுக்கு அனுப்பிவிடுங்கள். பிறகு நாங்கள் பார்த்துக்கொள்கிறோம்.'

மனுஷர் என்ன நினைத்தாரோ தெரியவில்லை! நான் குறிப்பிட்ட அந்தச் சந்திப்பின் சாராம்சங்கள் அடங்கிய அந்த இமெயில் எங்களுக்கு வந்து சேரவே இல்லை! அவரும் ஃப்ரான்ஸுக்குச் சென்றுவிட்டார்!

கேட்கவேண்டுமா அந்த ஹைப்பர் மார்க்கெட்டின் கொண்டாட்டத்தை!

எங்களுக்கு ஒரு மெயில் அனுப்பினார்கள். 'உங்களது பிரின்சிபல் நிறுவனத்தார் எங்களுடன் கொண்டுள்ள ஒப்பந்தத்தின்படி இத்தனை தொகை தருவதாக ஒப்புக்கொண்டுள்ளனர். அதற்கான கிரெடிட் நோட்டை நீங்கள் அனுப்பவேண்டும்.' அதில் பிரதியாக அவர்கள் தருவதாகச் சொன்ன ஒரு விஷயமும் இல்லை!

நாங்களும் விடுவதாக இல்லை.

நான் ஏற்கெனவே பேரங்களின் விதிகளைப்பற்றி முன் அத்தியாயங் களில் குறிப்பிட்டிருந்தேன் அல்லவா? அதுபோல ஒரு பிரதி இல்லாமல் எந்தத் தொகையும் எங்களால் தர முடியாது. எங்களது பிரின்சிபலும் அப்படி ஒப்புக்கொண்டிருக்க சாத்தியம் இல்லை என்று மிகக் கடுமையாக வாதிட்டு பல சந்திப்புக்களுக்குப்பின் அவர்களை ஒரு வழியாக எங்கள் வழிக்கு வரவழைத்தோம்.

ஆனால் இதற்காக எத்தனை நாள்கள் செலவழித்தோம்! எத்தனை டென்ஷன்! எத்தனை சந்திப்புகள், பேச்சுவார்த்தைகள்! எத்தனை இமெயில்கள்!

இதற்கெல்லாம் மூலகாரணம் எங்களது பிரின்சிபல் மேலாளர் தனது கம்யூனிகேஷனை சரியாக நடத்தாததால்தான்!

எந்த ஒரு சந்திப்பாக இருந்தாலும் சரி, அது ஒரு சிறிய மளிகைக்கடையாக இருந்தாலும் சரி அல்லது உலகளாவிய பெரிய ஹைப்பர் மார்க்கெட்டாக இருந்தாலும் சரி - சந்திப்பு முடிந்ததும் அந்தச் சந்திப்பைக்குறித்த நடவடிக்கைக் குறிப்பை (Minutes of the Meeting) தவறாமல் சம்பந்தப்பட்ட நபர்களுக்கு அனுப்பிவிடுங்கள்.

இல்லை என்றால் நாங்கள் சந்தித்த டென்ஷனை நீங்களும் சந்திக்க வேண்டிவரும்!

இதேபோலத்தான் நாம் பலமுறை தகவல்களைச் சரியான முறையில், சரியான நேரத்தில் பகிர்ந்து கொள்வதில்லை. இதுதான் நம்மை பெரும் நெருக்கடியில் தள்ளி விடுகிறது.

இதற்கு முன்பு நான் கேரளத்தில் எனது வினியோகஸ்தர்களுக்கு அதிக ஸ்டாக் அனுப்ப வேண்டிய நிர்பந்தத்திலிருந்தபோது எப்படி அவர்களுக்கு முன் காட்டியே தகவல் தந்து, அவர்களைத் தயார்படுத்தி அந்தக் கஷ்டமான நிலைமையைச் சமாளித்தேன். என்று விளக்கியிருந்தேன். ஆகவே தகவல் தொடர்பைச் சரியான முறையில் கையாளத் தெரிந்திருந்தால் நெருக்கடியைத் தவிர்க்கலாம்.

3. தொழில்நுட்பக் குறைபாடுகள்:

இன்று வளர்ந்து வரும் தொழில்நுட்பத்துக்கேற்ப நமது டெக்னாலஜியை நாம் சரியாக வளர்த்துக் கொள்ளவில்லை என்றால் அது நம்மை நெருக்கடியில் கொண்டு சேர்த்து விடும்.

உதாரணமாக இன்று ஒரு தொழில் சரிவர நடக்க வேண்டுமென்றால் தகவல்களைச் சரியாகச் சேகரித்து அவற்றைச் சரியாக ஆய்வு செய்து அவற்றின் கூறுகளை பல பரிமாணங்களில் பகுப்பாய்வு செய்து பின்னர் ஒரு முடிவுக்கு வர வேண்டி இருக்கிறது.

அது மட்டுமல்லாமல் விளைவுகளை நடைமுறைப்படுத்தவும் காலக்கெடு மிகக் கடுமையாக உள்ளது. ஆகவே நமது டெக்னாலஜி நமது வியாபாரத்தேவைகளுக்கு ஈடு கொடுக்காதபோது அது நிச்சயமாக நெருக்கடியில் கொண்டு சேர்க்கும்.

பத்து வருடங்களுக்கு முன்பு விற்பனை பிரதிநிதிகள் விற்பனைக்குச் செல்கையில் கையில் பில் புத்தகத்துடன் சென்று கையில் உள்ள ஃபோல்டரைத் திறந்து தங்களது தயாரிப்புகளை வாடிக்கையாளர் களுக்குக் காண்பித்து, கால்குலேட்டரில் விலை விவரங்களைக் கணக்கிட்டு பில் உண்டாக்குவது வழக்கம்.

இன்று வியாபார வேகத்தைப் பாருங்கள். பிரதிநிதியின் கையில் கைக்கு அடக்கமான palm terminal ஐபாட். அதில் டச் ஸ்கிரின் விரலசைவில் காண்பிக்க வேண்டிய பொருள்களின் படங்கள், விவரங்கள், விலைப்பட்டியல்கள்!

கடையில் அவர்கள் சரக்குகளின் ஸ்டாக் பொசிஷனைக் கணக்கிடும் போதே, அவர்கள் ஆர்டர் கொடுக்க வேண்டிய எண்ணிக்கை தானே வெளிப்படுகின்றது.

இதனால் முன்பு நாளொன்றுக்கு 30 அல்லது 35 கடைகளை மட்டும் விற்பனைக்கு என்று திட்டமிட்டவர்கள் இன்று 50 கடைகளுக்கு மேல் செயல்படுத்திக் காட்ட முடிகின்றது.

நான் துபாயில் பணிபுரிந்து கொண்டிருந்தபோது சந்தித்த ஒரு பிரச்னை எங்களது லாஜிஸ்டிக்ஸ் சம்பந்தமானது.

நாங்கள் இறக்குமதி செய்த பொருள்கள் உற்பத்தி ஸ்தானத்திலிருந்து எங்களது கிடங்குக்கு வரும்வரை எத்தனையோ முட்டுக்கட்டைகள்.

உற்பத்தி தாமதங்கள், ஏற்றப்படும் துறைமுகச் செயல்பாடுகள், வரும் வழியில் தாமதங்கள், பிரின்ஸிபல் நிறுவனத்தார் அனுப்பவேண்டிய பத்திரங்களில் குறைகள், அதன் காரணமாக துபாய் துறைமுகத்தில் சாதனங்களை ரிலீஸ் செய்ய முடியாத நிலைமை. அப்படி எல்லாம் சரியான பின்னும் துபாய் முனிசிபாலிடி அலுவலர்கள் பொருள்களை பரிசோதித்து சான்றிதழ் தருவதில் தாமதங்கள் என்று எத்தனையோ தடைகள்.

இதனால் நாங்கள் மார்க்கெட்டில் நிகழ்த்த ஏற்பாடு செய்திருந்த பல விசேஷ செயல்பாடுகளை சரியான நேரத்தில் செயல்படுத்த முடியாத நிலைமை. அதன் காரணமாக உண்டாகும் ஆட்சேபணைகளை எதிர்கொள்ள வேண்டிய நிர்பந்தங்கள்.

இவற்றை எல்லாம் சரி செய்ய எங்களது ஐ.டி டிபார்ட்மெண்டை அணுகினேன். எனது தேவைகள் அனைத்தையும் சொல்லி நான் குறிப்பிட்ட அத்தனை விவரங்களையும் உண்டாக்கி சிஸ்டத்தில் ஒரு ஆன்லைன் கட்டமைப்பை உருவாக்க ஆலோசனை வழங்கினேன். அதை நடைமுறைப்படுத்தி ஒவ்வொரு நிலையிலும்

சம்பந்தப்பட்டவர்களை அதில் விவரங்களை ஆன்லைனில் 'பன்ச்' செய்யச்சொன்னேன். விஷயம் மிக எளிமையாகியது. எந்த இடத்தில் முட்டுக்கட்டை ஏற்படுகின்றது என்பதை உடனுக்குடன் கண்டுபிடித்துச் செயல்பட்டோம்.நெருக்கடிகளிலிருந்து தப்பித்தோம்.

ஏன், நம் நாட்டிலேயே டெக்னாலஜி எந்த அளவுக்கு வியாபாரத்தில் ஊடுருவி இருக்கிறது என்பதை விளக்க வேறொரு சம்பவத்தை உங்களுடன் பகிர்ந்து கொள்கிறேன்.

நான் ஒரு கிளையண்ட்டின் விற்பனைக் குழுவுடன் ஒரு சிறிய நகரத்தில் ஒரு ஹோல்சேல் வாடிக்கையாளருடன் பேசிக் கொண்டிருந்தேன். அப்போது அங்கு வந்திருந்த ஒரு வாடிக்கை யாளருக்கும் அந்த ஹோல்சேலருக்கும் ஒரு பிரச்னை. பொருளை வாங்கியவர் அதற்கான பணத்தைக் கொடுத்துவிட்டேன் என்கிறார் ஆனால் கல்லா ஆசாமி பணம் கைக்கு வரவில்லை என்கிறார். என்னுடன் பேசிக்கொண்டிருந்த முதலாளி ஒன்றும் பதட்டப்பட வில்லை.

லாப்டாப்பை திருப்பினார், ரிவைண்ட் செய்தார். அதில் பதிவாகியிருந்த காட்சியைக் காண்பித்தார். பணம் கொடுத்துவிட்டேன் என்று சாதித்தவர் மௌனமானார். மனிதர் அங்கே கேமரா வைத்திருந்தார்!

வியாபாரம் எவ்வளவு மாறிவிட்டிருக்கிறது! அந்தச் சிறிய நகரத்தில் அந்த கீக்கிடமான ஹோல்சேல் கடையில் நான் நிச்சயம் கேமராவை எதிர்பார்க்கவில்லை!

முன்பு தூக்கமுடியாத லெட்ஜர்களுடன் போராடிக்கொண்டிருந்த கணக்காளர்கள், இப்போதெல்லாம் கம்ப்யூட்டரின் பட்டனைத் தட்டிய மாத்திரத்தில் கணக்குகளை டேலி செய்ய முடிகின்றது. டேட்டாக்களை ஆய்வு செய்ய முடிகின்றது.

ஆகவே வியாபாரிகள் இன்று டெக்னாலஜிக்கு ஈடு கொடுத்து முன்னேரவில்லை என்றால் நெருக்கடியிலிருந்து தப்ப வழி இல்லை!

4. பொறுப்புகள், அதிகாரங்களின் வரையறை:

பணியாளர்களை நியமிக்கும்போது அவர்களது பொறுப்புகளைச் சரியாக வரையறுத்தீர்களா, அவர்களது அதிகாரத்தின் எல்லைகளைச் சரியாகத் தீர்மானித்தீர்களா? என்பது மிக முக்கியமான கேள்வி.

இவ்வாறு வரையறுக்கும்போது எந்தவிதப் பொறுப்பும் விட்டு விடாதபடி, அது எவ்வளவு சிறிய விஷயமாக இருந்தாலும் அதை விட்டுவிடாமல் வரையறுக்க வேண்டும். கடலில் மிதக்கும் கப்பலில்

ஒரு சிறு துளை விழுந்தாலும் அது பெரிய கப்பலையும் மூழ்கடித்துவிடும்.

அதேபோல் அதிகார எல்லைகளும் துல்லியமாக வரையறுக்கப்பட்டு நடைமுறையில் செயல்பாட்டுக்கு வந்தால்தான் குறிப்பிட்ட காலகெடுவுக்குள் குறிப்பிட்ட பணிகள் முடிக்கப்பெற்று நெருக்கடியைத் தவிர்க்க முடியும்.

நான் தமிழகத்தில் ஒரு சோப்பு தயாரிக்கும் நிறுவனத்திற்கு ஆலோசகராக இருக்கையில் அவர்களது பொறுப்புகளைக் கேட்ட போது மேலதிகாரிகள், கீழ் அதிகாரிகள் இரு தரப்பாருக்கும் சரியான வரையறையில்லாத பொறுப்புகளைக் கண்டேன்.

உதாரணத்திற்கு ஒரு விநியோகஸ்தரை நியமிக்கும் பொறுப்பு யாருக்கு என்று கேட்டபோது ஏரியா மேனேஜரும் என்னுடையது என்கிறார். அவருக்கு மேலுள்ள சேல்ஸ் மேனேஜரும் என்னுடையது என்கிறார்!

நியமனம் உரிய காலத்தில் நடக்கவில்லை என்றால் இவர் அவரைச் சுட்டிக்காட்டுவார், அவர் இவரைச் சுட்டிக்காட்டுவார்!

இந்த நிலைமையை அவர்கள் தங்களது இயலாமையிலிருந்து தப்பித்துக்கொள்ள ஒரு கேடயமாகப் பயன் படுத்துவதைக் கண்டேன்.

முதல் நிலை பொறுப்பு (Primary Responsibility) யாருடையது என்பதைத் தெளிவாக வரையறுக்காவிட்டால் எல்லாம் குளறுபடி தான்!

நிறுவனத்தின் உரிமையாளருக்கு எனது ஆலோசனையை வழங்கும் போது ஒவ்வொரு பணியிலுள்ள அதிகாரிகளுக்கும் எத்தகைய பொறுப்புகளும், அதிகாரமும் இருக்க வேண்டும் என்று வரையறை செய்து கொடுத்தேன். அதன் மூலம் நெருக்கடி நேராமல் சமாளிக்க முடியும் என்று காண்பித்தேன்.

5. மனிதவளப் பயிற்சி:

தொழிலாளர்களுக்கும், மேலாளர்களுக்கும் திட்டமிட்டு குறிப்பிட்ட கால இடைவெளிகளில் அவர்களது பணி மேன்மைக்கும் மற்றும் ஊக்குவிக்கும்விதமாகவும் முதல்தரப் பயிற்சி அளித்தல் மிக மிக அவசியமாகும்.

சரியான பயிற்சி இல்லாத தொழிலாளர்கள் முறைப்படி தங்களது பணியை ஆற்றாமல் நிறுவனத்திற்குப் பெரும் நெருக்கடியை ஏற்படுத்தி விடுவதைக் கண்டிருக்கிறேன்.

a) **தொடக்கநிலைப் பயிற்சி:**

ஒரு பணியாளரை நியமிக்கும்போது அவருக்கு ஒரு induction programme எனப்படும் தொடக்கநிலை திட்டப் பயிற்சி மிக மிக அவசியம். பணியின் தன்மையையும் முக்கியத்துவத்தையும் பொறுத்து இத்திட்டத்தின் கால நிலையைத் தீர்மானிக்க வேண்டும்.

கீழ்மட்ட பணியாளரானால் 3 அல்லது 7 நாட்களுக்கு இத்தகைய திட்டம் வகுக்கப்பட வேண்டும். நடுத்தர உயர்தர மேலாண்மை யாளர்களுக்கு குறைந்தது 1 மாத காலத்துக்கு இத்தகைய திட்டத்தை வகுக்க வேண்டும்.

இத்திட்ட காலத்தில் அவர்கள் செய்ய வேண்டிய பணித்துறைகளில் அவர்களைச் சரியாகப் புகுத்தி ஒவ்வொரு துறையிலும் அவர்களது புரிதலை வளர்க்க வேண்டும்.

பின்பு குறிப்பிட்ட காலப்பயிற்சி முடிவு பெற்றதும் அவரது மேலதிகாரி அவரை நேர்காணலுக்கு அழைத்து விவாதித்து அவர் எல்லாத் துறையிலும் முறையான பயிற்சி பெற்றுள்ளாரா? தனியாக நியமிக்கப்பட்டால் எந்தவிதக் குழப்பமுமில்லாமல் இயங்குவாரா? என்பதைத் தேர்வு செய்ய வேண்டும்.

இவ்வாறு முறையாக induction training கொடுக்கப் பெற்ற பணியாளர்கள் எந்தவிதப் பயமுமில்லாமல் பணிகளைச் செய்து நிர்வாகத்துக்கு வர இருக்கும் நெருக்கடிகளைச் சமாளித்து விடுவார்கள்.

நான் ஹார்லிக்ஸில் பணிபுரிந்த காலங்களில் I.I.M போன்ற உயர்ந்த கல்வி நிறுவனங்களில் பட்டம் பெற்றவர்களும், ஒரு ஏரியா மேனேஜர் ஆவதற்கு முன்னால் இத்தகைய induction programme காலங்களில் ஒரு விற்பனைப் பிரதிநிதியைப் போன்றும் பிறகு சூப்பரவைசர் போன்றும், பின் அக்கவுண்ட்ஸ் மற்றும் லாஜிஸ்டிக்ஸ் டிபார்ட்மென்ட்களிலும் மும்மூன்று மாதங்கள் பயிற்சி தரப்பட்டு ஒரு வருட காலத்துக்குப் பின்தான் முறையாக பதவிக்கு நியமிக்கப் படுவதைக் கண்டிருக்கிறேன்.

இதன் மூலம் அவர்கள் தங்களுக்குக் கீழுள்ள அனைத்துத் துறைகளிலும் செய்முறைகளில் முழுப்பயிற்சி பெற்று நல்ல ஏரியா மேனேஜராக உருப்பெறுவதையும் கண்டிருக்கிறேன்.

b) **நீள்காலப் பயிற்சி**

தொடக்கநிலை பயிற்சிக்குப் பின் ஒவ்வொரு துறையினருக்கும் அவர்களது தேவைக்கேற்ப நீள்கால பயிற்சித் திட்டம் ஒன்றை

உருவாக்க வேண்டும். இதன்மூலம் மாறிவரும் வர்த்தக உலகத்தில் பல புதிய பரிமாணங்களை அலுவலர்கள் நன்கு படித்து அதற்கேற்ப தங்களது முயற்சிகளை செலுத்தி நிர்வாகத்துக்கு வெற்றியைக் கொண்டுவர முடியும்.

சில நிறுவனங்கள் தங்களது நிறுவனத்திலேயே இத்தகைய பயிற்சி யாளர்களை நியமித்து நீள்கால பயிற்சி திட்டத்தை வகுத்துச் செயல் படுத்துகிறார்கள்.

சில நிறுவனங்கள் வெளியிலிருந்து மிகத்தேர்வு பெற்ற பயிற்சி யாளர்களை குறிப்பிட்ட கால இடைவெளிகளில் பயிற்சி கொடுக்கும் படி நியமித்து தங்களது ஊழியர்களுக்கு பயிற்சி அளிக்கிறார்கள்.

இரண்டு வகைப் பயிற்சியிலும் குறை நிறைகள் உண்டென்றாலும், பயிற்சி அளிக்கப்பட்டே ஆகவேண்டும் என்பதில் எந்தவித மாற்றுக் கருத்தும் தேவையில்லை.

இத்தகைய பயிற்சிகளில் கூர்தீட்டப்பெற்ற தளவாடங்களை பெறும் ஊழியர்கள் எவ்வாறு நெருக்கடியில் நிறுவனத்தை விடுவார்கள்?

எனவே நெருக்கடியைத் தவிர்க்க நிறுவனங்கள் செய்யவேண்டிய முக்கியமான பணி ஊழியர்களுக்குக் குறுகிய கால, நீள்கால பயிற்சிகளைத் தருவதுதான்.

6. மனோநிலைப் பயிற்சி:

இதுவரை பணி சம்பந்தமான விஷயங்களைப் பற்றிக் குறிப்பிட்டேன் அவை எப்படியெல்லாம் ஒரு நிறுவனத்திற்கு நெருக்கடி வராமல் காப்பாற்றும் என்பதைக் கூறினேன். இப்போது ‘நெருக்கடி சமாளிப்பின்’ மிக முக்கியமான கட்டத்துக்கு வருவோம்

இது ஊழியர்களின் மனநிலையைத் தயார் செய்வது. ஒரு விதமான நெருக்கடி இரு ஊழியர்களுக்கு வருகிறது என்று வைத்துக் கொள்வோம். ஒருவர் மிகவும் படபடத்து, வியர்த்து, கண் பிதுங்கித் தடுமாறுகிறார். வேறொருவர் சமநிலையுடன் அதை நேர்கொண்டு மனப்பக்குவத்துடன் கையாண்டு, பல வழிமுறைகளை அலசி ஏதோ ஒரு வகையில் அதைச் சமாளிக்கிறார்.

இருவருக்குமிடையில் உள்ள வித்தியாசத்தை நீங்கள் புரிந்து கொண்டிருப்பீர்கள் என்று நினைக்கிறேன்.

வித்தியாசம் நெருக்கடி எங்கு ஏற்படுகின்றது என்பதில் இல்லை. அது சந்தையிலோ தொழிற்சாலையிலோ அல்லது அலுவலகத்திலோ எங்கு வேண்டுமானாலும் ஏற்படட்டும். இவையெல்லாம் ஒரு

பொருட்டே அல்ல! நேர்கொள்பவரின் மனோநிலைதான் நெருக்கடிக்குட் படுகிறது.

ஆகவே நண்பர்களே நமது மனத்தை நன்கு புரிந்து கொள்ள வேண்டும்.

மனப்பயிற்சி, மாறுபடச் சிந்திக்கும் ஆற்றல், மன அமைதி, வானிடிந்து வீழுகின்ற போதிலும் அசராத மனத்திண்மை இவைகளை வளர்த்துக் கொள்ள வேண்டும்.

இதற்கு மனம் என்றால் என்ன? என்பதை நன்கு அறிந்து கொள்ள வேண்டும்.

நாம் பிறக்கும்போதே நமக்குத் தேவையான உயிராற்றலுடன்தான் உலகிற்கு வருகிறோம். அந்த உயிராற்றலின் படர்க்கை நிலைதான் மனம்.

உயிராற்றலின் எண்ணிக்கையை நாம் கூட்ட முடியாவிட்டாலும் அதன் சக்தியைப் பெருக்க முடியும். இதைத்தான் முன்னோர்கள் நோன்பு என்ற சொல்லால் குறிப்பிட்டார்கள். வள்ளுவரும்,

> இலர்பல ராகிய காரண நோற்பார்
> சிலர்பலர் நோலா தவர்

என்று இதையேதான் குறிப்பிடுகின்றார்.

அறம்,ஈகை என்ற இரு பரிமாணங்களில் இந்த நோன்பு அமைகிறது.

இவ்விரு கடமைகளிலும் மனிதர்கள் பண்படும்போது அவர்களது உயிராற்றல் கூடி வருவதை கண்ணாறக் காணமுடிகிறது. ஆகவே மனத்தின் சக்தியைப் பெருக்க வேண்டுமானால் உயிராற்றலை விரயமாக்காமல் சேமித்து தேவைக்கேற்ப உபயோகிக்க வேண்டும்.

உதாரணத்திற்கு ஒரு நல்ல காப்பியைக் குடிக்கிறீர்கள் என்று வைத்துக்கொள்வோம். அதனால் ஒரு யூனிட் இன்பம் வருகிறது என்று வைத்தால், அடுத்த கப் காபி குடிக்கையில் மீண்டும் ஒரு யூனிட் இன்பம் அல்லவா வரவேண்டும்! ஆனால் முதல்முறை பெற்ற இன்பத்தைவிட இப்போது குறைவாகத்தான் இருக்கிறது.

காரணம் முதன்முறை அதன் இன்பத்தை அனுபவிக்கையில் உயிராற்றலின் சேமிப்பு குறைந்துவிட்டபடியால் முதன்முறை குடித்தபோதிலிருந்த இன்பம் இரண்டாம் முறை கிடைப்பதில்லை.

இவ்வாறு பொருள்களை அனுபவிக்கும்போது தனது உயிராற்றலின் தன்மையை அறிந்துகொண்டு செயல்பட்டால் மனோசக்தி

விரயமாகாது செயல்பட்டு, எத்தகைய நெருக்கடியையும் நேர்கொள்ளக் கூடிய தகைமையை அளிக்கும்.

இதைத்தவிர மனதிற்கு வேறொரு ஆற்றலும் உண்டு. அதாவது குறிப்பிட்ட பிரச்னை வரும்போது ஒரே வழியை மட்டும் பிடித்துக் கொண்டிராமல் பல வழிமுறைகளை ஆராயக்கூடிய தன்மை. இதை Lateral Thinking என்று ஆங்கிலத்தில் குறிப்பிடுவார்கள் .

ஒரு மோட்டார் தொழிற்சாலையில் அதன் எஞ்சினியர்கள் ஒரு புது வகை உயரமான மோட்டரை தயாரித்தார்கள். மிக அழகாகத் தயாரான அந்த வண்டி தொழிற்சாலையை விட்டு வெளியே வரும் நிலையில் தான் அவர்களுக்கு அந்தத் தவறு புலப்பட்டது. ஆம்! அத்தொழிற் சாலையின் வாயில் அந்த மோட்டாரின் உயரத்தைவிடக் குறைவாக இருந்தது.

அதைப் பார்த்த சிலர், 'வித்தியாசம் மிகக் குறைவானதுதான். ஆகவே வண்டி வெளியே வரும்போது சிறிது உரசல் ஏற்பட்டாலும் மீண்டும் பெயிண்டு செய்து சமாளிக்கலாம்' என்றனர்.

சிவில் எஞ்சினியரோ கம்பெனியின் வாசல் பகுதியைச் சிறிது தட்டிவிட்டுப் பின் பூசிக்கொள்ளலாம் என்றார்.

இவற்றை வேடிக்கைப் பார்த்துக்கொண்டிருந்த ஒரு காவலாளி, 'இதற்கு ஏன் இவ்வளவு மெனக்கெடுகிறீர்கள்? வண்டியின் டயரிலுள்ள காற்றைக் குறைத்து விடுங்கள். உயரம் குறைந்து எந்தச் செலவு மில்லாமல் வண்டி வெளியே வரும்' என்றார்!

எத்தனை சுலபமான தீர்வு!

இப்போது வேறொரு நிகழ்ச்சியைப் பார்ப்போம்.

ஸ்ரீமான் சுதர்சனம் தனது மிக விலை உயர்ந்த காரை ஓட்டிக்கொண்டு நகரத்தைக் கடந்து சிற்றூர்கள் வழியாகச் சென்றுகொண்டிருக்கிறார்.

திடீரென்று கார் டயரில் ஏதோ குத்தி ஒரு டயர் பஞ்சர் ஆகிவிடுகிறது. சுதர்சனம் வண்டியை விட்டு இறங்கி ஜாக்கை எடுத்து வைத்து அந்த பஞ்சர் ஆன டயரைக் கழட்டிவிட்டு, ஸ்டெப்னி டயரைக் கொண்டு வந்து பொருத்த முற்படுகிறார். அப்போது துரதிர்ஷ்டவசமாக கழற்றிக் கையில் வைத்திருந்த போல்ட்டுகளை கீழே போட்டுவிட அவை உருண்டோடி பாதாள சாக்கடையில் விழுந்துவிடுகிறது. சுதர்சனத்துக்கு என்ன செய்வதென்று புரியவில்லை. அவர் விக்கித்துப்போய் கையைப்பிசைந்து கொண்டு நின்றுகொண்டிருந்த போது ஒரு கிராமத்து இளைஞன் அங்கு வருகிறான். நிலைமையை உடனே புரிந்து கொள்கிறான்.

கந்தசாமி என்று தன்னை அறிமுகப்படுத்திக்கொண்ட அவன், சுதர்சனத்திடம், 'ஐயா, பதட்டப்பட வேண்டாம். உங்களுடைய மற்ற மூன்று சக்கரங்களில் உள்ள போல்ட்டுகளிலிருந்து ஒரு போல்ட் வீதம் கழட்டி அந்த 3 போல்ட்டுகளை இந்த சக்கரத்தில் பொருத்துங்கள். காரை மித வேகத்தில் ஓட்டிப் போய் அடுத்த இரண்டாவது கிலோ மீட்டரில் உள்ள மெக்கானிக் ஷாப்பிற்குச் சென்று புது போல்ட்டு களை வாங்கி பொருத்தி காரை ஆனந்தமாக ஓட்டிச்செல்லுங்கள்.' என்று யோசனை சொன்னான்.

ஸ்ரீமான் சுதர்சனம் ஆச்சரியத்தில் ஆழ்ந்தார். தாம் படித்துக் கஷ்டப் பட்டு வாங்கிய MBA படிப்பைக் காட்டிலும் ஒரு கிராமத்து இளைஞனுக்கு உள்ள Common Sense ஐக்கண்டு வியந்து போற்றினார்.

இத்தகைய சிந்தனையைத்தான் creativity அல்லதுLateral Thinking என்கிறார்கள்

சரி அப்படி என்றால் அந்த ஆற்றல் எல்லாருக்கும் கைகூடுமா? அல்லது பிக்காஸோ, ரவி வர்மா, பாரதியார், ஏ.ஆர்.ரஹ்மான் போன்ற தனிப்பட்டவர்களின் பிறப்புரிமையா?

இதுபோன்ற கேள்விகள் உங்கள் மனதில் எழுகின்றன அல்லவா?

கவலையே வேண்டாம்! படைப்பாற்றல் என்பது யாருடைய சிறப்புரிமையுமல்ல! நம்மைப்போன்ற சாதாரண மனிதர்களுக்கும் உள்ள ஆற்றல்தான் அது. அப்படியென்றால் நான் எப்படி அதை வெளிக்கொணர்வது? ஏதாவது பயிற்சி எடுத்துக்கொள்ள வேண்டுமா?

ஒன்றும் தேவையில்லை. எவையெல்லாம் நமது படைப்பாற்றலுக்குத் தடையாக உள்ளதோ அவற்றை நீக்கிவிட்டால் போதும்!

வாய்க்காலின் மடையைத் திறந்துவிட்டால் வெள்ளம் பாய்கிறதல்லவா? அதுபோல் நம் மனம் எனும் வாய்க்காலின் தடைகளை நீக்கிவிட்டால் ஆற்றல் வெள்ளமாகப்பெருகும்.

எனவே நாம் இப்போது அறிந்துகொள்ள வேண்டியது அந்தத் தடைகள் யாவை, அவற்றை எப்படி நீக்குவது என்பதைத்தான்.

1. ஒரு கேள்விக்கு ஒரே பதில்தான் என்ற தடை

வாழ்க்கை என்பது ஒரு கணக்குப் பரிட்சை அல்ல. கணிதத்தில் வேண்டுமானால் ஒன்றையும் ஒன்றையும் கூட்டினால் இரண்டு என்பதுதான் விடை என்பது விதியாக இருக்கலாம். ஆனால் வாழ்க்கையின் எல்லா அம்சங்களிலும் அது மாறுபடும்.

நம் மனது துரதிர்ஷ்டவசமாக ஒரே திசையில் மட்டும்தான் செல்லக்கூடிய தன்மையாக இருப்பதால் நாம் பெருவாரியாக அந்த வட்டத்தில் அடைபட்டுப்போகிறோம். மனதை அதிலிருந்து மீட்பதுதான் கடினமாக இருக்கிறது.

ஒரு பழைய சினிமாவில் ஒரு கோட்டை அழிக்காமல் அதைச் சின்னதாக மாற்றுவது எப்படி என்ற ஒரு விடுகதையை மையமாக வைத்து கதையைப் பின்னி இருப்பார் அந்தப் புகழ்பெற்ற இயக்குனர்.

எளிமையான வழி, அதன் பக்கத்தில் ஒரு பெரிய கோட்டை இடுவதே.

நம் மனம் என்ன செய்கிறது, அதைச் சின்னதாக்கவேண்டும் என்றால் அதன் நீளத்தை எப்படியாகவாவது குறைத்தே ஆகவேண்டும் என்ற ஒரே திசையில் பயணிக்க அடம் பிடித்து அந்த வளையத்தை விட்டு வர மறுக்கிறது.

இதைப்போலத்தான் எல்லா பிரச்னைகளிலும். நாம் மாற்றி யோசிக்க எத்தனிப்பதில்லை.

விண்வெளிக்குச் செல்லும் ஆஸ்ட்ரோனாட்டுகளுக்கு ஒரு பிரச்னை எழுந்ததாம். விண்வெளியில் மிதக்கும்போது குறிப்பெடுத்துக் கொள்ள அவர்களது பேனாக்களில் உள்ள இங்க் உறைந்துபோவதால் பேனாக்கள் எழுத மறுக்கின்றன. எனவே அந்த இங்க் உறையாமல் இருக்க விஞ்ஞானபூர்வமான யோசனை என்னவென்று ஆராய வேண்டும் என்று சொல்லப்பட்டதாம். அப்போது இதைப் பார்த்துக் கொண்டிருந்த ஒரு சின்னப்பயல் சர்வசாதாரணமாகக் கேட்டானாம், ‘அதற்கு ஆராய்ச்சி எதற்கு? இத்தனை செலவு எதற்கு? பேனாவுக்குப் பதில் பென்சிலைக் கொண்டுபோவதுதானே!’

2. மந்தை மனப்பாண்மை:

கும்பலோடு கோவிந்தா போடுவது என்று ஒரு சொற்றொடர் உண்டு. கூட்டம் எவ்வழி போகின்றதோ நாமும் அவ்வழி செல்வது என்ற ஒரு நடுத்தர மனப்பான்மைதான் அது.

பத்துபேர் சேர்ந்து சொன்னால் அது சரியாகத்தான் இருக்கும் என்ற ஒத்துப்போகும் தன்மை அது. நீங்கள் கேட்கலாம், ‘என்ன சார், ஊரோடு ஒத்து வாழ்’ என்று ஔவைப் பாட்டியே சொல்லியிருக்கிறார்களே, நீங்கள் மாற்றிச் சொல்கிறீர்களே’ என்று.

அவர்கள் சொன்னது சில பழக்க வழக்கங்கள், பண்பாடுகள் இவைகளில் மற்றவர்களோடு மாறுபட்டு அவர்கள் மனதைத் தைக்காமல் ஒத்துப்போய் ஒற்றுமையாக வாழ்வதை. புதுமையாகச் சிந்திப்பதற்கு எதிராக அல்ல.

இல்லையென்றால் 'பையலோடு இணங்கேல்' என்று ஆமாஞ்சாமி போடுவதைத் தடுத்திருக்க மாட்டாள்.

எழுபதுகளில் ஒரு கம்பெனியின் பலம் அதன் ஈக்விடி அதிகரித்து கடன் குறைவாக இருப்பதில்தான் இருக்கிறது என்பார்கள். ஆனால் அந்த சிந்தனை ஓட்டத்தையே மாற்றி அமைத்தான் ஒரு சாதாரணத் தொழிலாளியாக ஏமென் நாட்டில் வேலை செய்து விட்ட வந்த திருபாய் அம்பானி.

ஷேர் மார்க்கெட்டையே கலக்கியது அவன் கொண்டுவந்த Convertible debenture திட்டங்கள். முதலீடுகளுக்கு வேண்டி ஷேர்களை ஃப்ளோட் செய்து பின் மார்க்கெட்டில் எதிர்பார்த்த முதலீடு வராமல் தத்தளித்த நிறுவனங்களுக்கு நடுவே ஷேர் வெளியிடுவதாக அறிவிப்பு வந்த உடனே மக்கள் ஆலாய்ப் பறந்து ஷேர்களை கபளீகரம் செய்ய, எப்போதுமே Over subscribed என்கின்ற விதத்தில் தங்களது ஷேர் மார்க்கெட்டை அம்பானி நடத்தியது இந்தத் தனித்து நிற்கும் மனப்பான்மையால்தான்!

நினைத்துப்பாருங்கள், 1985 இல் ஒற்றை IPO இஷ்யூவில் 400 கோடிகளை பொதுமக்களிடம் முதலீடாகப் பெறுவதென்பது சாதாரண விஷயமா?

ஏன், நம் தமிழ் நாட்டில் ஷாம்பூ என்றாலே அது பாட்டிலில்தான் என்ற நிலைமை ஒரு காலத்தில் இருந்தது. அதுவும் நகரங்களில்தான். அதை உபயோகித்தவர்களோ மேட்டுக்குடியினர்தான்.

அந்த எண்ண ஓட்டத்தையே மாற்றி அமைத்தார் திரு சி.கே. ரங்கநாதன். அவர் தங்களது கெவின்கேர் நிறுவனத்தின்மூலம் முதன் முதலாக ஷாம்புவை சின்னச் சின்ன பாக்கெட்டுகளில் அடைத்து ஒரு ரூபாய்க்கு விற்றபோது பாட்டிலில் மட்டும் விற்றுக்கொண்டிருந்த பன்னாட்டு நிறுவனங்கள் அதைக்கண்டு நகைத்தன.

ஆனால் அந்த நகைப்பு, கூடிய விரைவில் திகைப்பாக மாறி அவர்களை வியர்க்க வைத்தது.

கெவின்கேர் உருவாக்கிய 'சிக்' ஷாம்பு குறுகிய காலத்தில் பட்டி தொட்டிகளில் எல்லாம் பரவி போட்டியாளர்களை திக்கு முக்காட வைத்தது.

நகரத்தில் அதிக வருமானம் உள்ள நுகர்வோர் மட்டும் வாங்கக்கூடிய பொருளாயிருந்த ஷாம்பு, சின்னச் சின்னக் கிராமங்களிலும் வசித்த வருமானம் குறைந்த நிலையில் இருந்த மக்களைக்கூட வாங்கும்படி

வைத்ததென்றால் அது கெவின் கேர் நிறுவனத்தின் புதுமையான புரட்சிகரமான சிந்தனையும் செயல்பாடுகளும்தானே!

எனவே நாம் மந்தையோடு மந்தையாய் இராமல் தனித்து சிந்திக்கப் பழக வேண்டும். மாத்தி யோசி!

3. நாம் முட்டாளாகி விடுவோமா?

இதற்கு முன் நான் சொன்ன தடைக்குக் காரணம், பொதுவாக அனைவருக்குள்ளும் இருக்கும் தயக்கம்தான். நாம் ஏதோ சொல்லப் போக நம்மை முட்டாள் என்று நினைத்துவிடுவார்களோ என்ற பயம்தான் தடைக்குக் காரணம்.

இந்தப் பயம் நம்மைச் சிந்திக்க விடாமல் தடுக்கிறது. புதிய எண்ணங்கள் வந்தாலும் அதை பகிர விடாமல் அமுக்குகிறது. நாம் எல்லோரும் இதைச் சந்தித்து இருப்போம்.

டிவியில் ஒரு க்விஸ் நிகழ்ச்சி. நீங்கள் உங்கள் குடும்பத்தினர், விருந்தாளிகளுடன் பார்த்துக்கொண்டிருக்கிறீர்கள்.

ஒரு கடினமான புதிர் வருகிறது. உங்கள் நாக்குவரை அதன் விடை வந்து விடுகிறது. ஆனால் திடீரென்று ஒரு எண்ணம்! வந்திருக்கின்ற விருந்தாளி முன்னிலையில் (அதுவும் உங்கள் மனைவியின் தரப்பினர் என்றால் இன்னும் வம்பு!), நாம் சொல்வது தப்பாக இருந்து அவர் நம்மை முட்டாள் என்று நினைத்துவிட்டால்...?'

இந்தத் தயக்கம் வந்ததுமே விடையைச் சொல்லாமல் விழுங்கி விடுகிறீர்கள். அடுத்த நிமிடம் க்விஸ் மாஸ்டர் விடையை அவிழ்த்து விடுகிறார். அது நீங்கள் சொல்வதற்கு இருந்த அதே பதில்தான்! 'ஆஹா! சொல்லாமல் விட்டோமே' என்று மனத்தில் அலுத்துக் கொள்கிறீர்கள் இல்லையா?

ஒரு சேல்ஸ் கான்பிரன்ஸுக்குச் செல்கிறீர்கள். அங்கே நிறுவனத்தின் தலைவர் பேசும்போது ஒரு கேள்வி கேட்கிறார்.

அக்கேள்விக்கான பதில் உங்களுக்குத் தெரிந்தாலும், கூடவே ஒரு அச்சம், 'ஒரு வேளை தவறாக இருந்தால், அத்தனைபேர் முன்னிலையில் கேலிக்கு இரையாகி விடுவேனோ!'

இதைத்தான் ஒரு தடை என்கிறேன். கும்பலோடு சேர்ந்து ஆமாம் போடாமல் தனித்துச் சிந்திக்கவும், சிந்தித்ததைத் துணிச்சலாகப் பகிர்ந்துகொள்ளவும் வேண்டும்.

குழந்தைகளைப் பாருங்கள். ஒரு பயமும் இல்லாமல் தனக்குத் தோன்றியதைச் சொல்கின்றன. அவற்றில்தான் எத்தனை கிரியேட்டி விடி!

4. கண்கூடாகத் தெரிவதை சவால்விடத் தவறுதல்:

எல்லாருடைய கண்களிலும்தான் ஆப்பிள் விழுவது தென்பட்டது. அவர்கள் சொன்னார்கள் 'பூமியில் எதோ பூதம் இருக்கின்றது, அது பழத்தை மேலே இருந்து கீழே இழுக்கிறது' என்று.

ஆனால் நியூட்டன் ஒருவன்தான் அதற்குச் சவால் விட்டான். புவி ஈர்ப்பு விசையைக் கண்டுபிடித்தான்.

சூரியன் பூமியைச் சுற்றுகின்றது என்று எல்லோரும் நினைக்கையில் ஒரு கலிலியோ மட்டும் தைரியமாக தனித்துவமாக முயன்றான். தான் கண்டுபிடித்திருந்த டெலஸ்கோப்பை வைத்து நிரூபணமும் செய்தான் பூமிதான் சூரியனைச் சுற்றுகின்றது என்பதை!

வானத்தின் நிறம் நீலம், கடலின் வண்ணம் நீலம் என்று நாம் எல்லோரும் நம்பிக்கொண்டிருந்தபோது ஒரு சி.வி.ராமன் இதற்கு சவால் விட்டான்.

ஒளிச்சிதறல்தான் இதற்குக் காரணம் என்று நிரூபித்தான். விளைவு இன்று உலகமே போற்றும் ராமன் எஃபெக்ட்!

இப்படித்தான், நடப்பில் இருக்கும் ஒவ்வொரு செயல்பாட்டையும் கேள்வி கேளுங்கள்!

நான் கேரளத்தில் மேலாளராகப் பணி புரிந்துகொண்டிருந்தபோது ஒரு வினோதமான விஷயத்தைக்கண்டேன்.

மாஹி எனப்படும் யூனியன் டெர்ரிடரி ஆக இரண்டு தெருக்களே கொண்ட நகரமாக இருந்தது. ஆனால், அதன் விற்பனையோ அடுத்துள்ள பெரிய நகரமான தலைச்சேரியைக்காட்டிலும் கூடுதலாக இருந்தது!

சற்றுக் கூர்ந்து கவனித்தபோது அதற்குக் காரணம் சுலபமாக எனக்குப் புலப்பட்டது. அது யூனியன் டெர்ரிடரிக்கும் மற்ற கேரள மாகாணங் களுக்கும் இடையே இருந்த வரி வித்தியாசம்தான்.

இது பல வருடங்களாக நடந்து வந்த விஷயம். ஆகவே, அதுவரை யாரும் அதை சீரியஸாக எடுத்துக்கொள்ள வில்லை.

இதனால் வரும் முக்கிய பாதிப்பு என்னவென்றால் விலை குறைந்த ஸ்டாக் இங்கிருந்து அடுத்த மாகாணங்களுக்கு தரகர்களால்

கடத்தப்படும்போது அங்குள்ள விநியோகஸ்தரது விற்பனையை மிகவும் பாதிக்கின்றது. அதனால் அவருக்கு கம்பெனியில் ஈடுபாடு குறைகின்றது.

இவற்றைஎல்லாம் விளக்கியதோடு மட்டுமல்லாமல் இதற்கு ஒரு தீர்வும் கொடுத்தேன் எங்களது தலைமை அலுவலகத்துக்கு.

'நீங்கள் நமது தயாரிப்புகளின் விலை கட்டமைப்பில் (Price Structure) மாஹிக்கென்றுள்ள அடிப்படை விலையை சரியான முறையில் அங்கு நிலவும் வரிக்கேற்றபடி மாற்றி அமைத்தால் இந்த விலை வித்தியாசம் மற்ற மாகாணங்களுக்கிடையில் வராது.

இதனால் ஸ்டாக் ஒரு மாகாணத்திலிருந்து மற்ற மாகாணங்களுக்குச் செல்லாது, அது மட்டுமல்ல அது உங்களுக்குக் கூடுதல் லாபத்தையும் கொடுக்கும்.' என்று ஓர் ஆலோசனை வழங்கினேன்.

அன்று ஆக்கபூர்வமான ஆலோசனைகளை வரவேற்பது மட்டு மல்லாமல் அதற்கு வெகுமதி கொடுக்கும் ஸ்கீமும் இருந்தது. எனது ஆலோசனை மிக விரைவில் ஏற்கப்பட்டது. நடைமுறைப்படுத்தவும் பட்டது.

'அற்புதமான ஆலோசனை. ஆனால் ஒரு ஏரியா மேனேஜர் என்ற முறையில் இது தங்களது வரையறைக்குட்பட்ட அடிப்படை பொறுப்புதான் இது. எனவே வெகுமதியை வழங்க முடியாத நிலைக்கு வருந்துகிறோம்' என்று அன்று கோட்ட மேலாளராயிருந்த ஒரு மகானுபாவர் கடிதம் எழுதி அதற்கு ஒரு முற்றுப்புள்ளியும் வைத்தார்!

அவர் (தனக்குச் சாதகமாக) மறந்த விஷயம் என்னவென்றால், இதற்குமுன் வருடக்கணக்காக தாம் கூட நோக்காத ஒரு விஷயத்தை ஒருவன் புதுச் சிந்தனையோடு நோக்கி விநியோகஸ்தர்களது பிரச்னையும் தீர்த்து, நிறுவனத்திற்கு வருவாயும் ஈட்டியிருக்கிறானே என்பதுதான்!

எது எப்படியாகினும் சரி, ஒரு விஷயத்தைப் புரிந்துகொள்ளுங்கள், பல வருடங்களாகப் பலபேர் ஒரு விஷயத்தைச் செய்து கொண்டிருப்பதனால் மட்டும் ஒரு விஷயம் சரி என்று ஆகிவிடாது. எதையும் புதிய கண்ணோட்டத்தில் நோக்குங்கள்!

உங்களுக்குச் சரியில்லை என்று பட்டால் மெஜாரிட்டி ஒபீனியனுக்கு ஆமாம் போடாதீர்கள். உங்கள் தனித்தன்மையை விட்டுக்கொடுக்காமல் சவால் விடுங்கள். புதிய சகாப்தங்களை உருவாக்குங்கள்!

5. நாமே நமக்குப்போடும் முட்டுக்கட்டைகள்:

கேரளத்தில் நான் பணி செய்துகொண்டிருக்கும்போது 'ஆனைக் கொட்டாரம்' என்ற ஓர் இடத்திற்குச் சென்றிருந்தேன். சாவக்காட்டிற்கு அடுத்துள்ள இடம் அது.

அங்கு நான் கண்ட காட்சி என்னை வியப்பில் ஆழ்த்தியது.

மிகப் பிரம்மாண்டமான யானைகள் கூட்டம் கூட்டமாக அங்கே திரிந்துகொண்டிருந்தன. உருவத்தில் அத்தனை பெரியதாகவும், எண்ணிக்கையிலும் பலத்திலும் ஒரு சேனையையே துவம்சம் செய்யக்கூடியதாகவும் காணப்பட்ட அந்த விலங்குகள் கேவலம் மிக அற்ப பலம் கொண்ட குட்டை ஆசாமிகளான அந்த வெகு சில பாகர்களுக்கு எப்படி அடங்கி அவன் இட்ட வேலைகளை முரண்டுபிடிக்காமல் செய்கின்றன என்று வியந்து போனேன்.

ஒரு பெரிய யானையை அடங்கச்செய்யும் அளவிற்கு பாகனது சிறு அங்குசத்துக்கு அத்தனை வலிமையா?

சிறு வயதாக இருக்கும்போதே அந்தக் குட்டி யானைகளுடைய காலை சாதாரணச் சங்கிலியால் பிணைத்து வைப்பார்களாம். அது அந்தச் சங்கிலியை அறுத்துக்கொண்டு ஓட முயலும். ஆனால் அதனால் முடியாது. அதன் மனதுக்குள்ளே சங்கிலியை நம்மால் அறுக்க முடியாது என்ற எண்ணம் ஆழமாகப் பதிந்துவிடும்.

பின்னர் அது வளர வளர அதற்கு பலம் கூடிவரும், ஒரு உதறு உதறினால் அந்தச் சங்கிலி தெறித்துவிடும் என்பது உண்மை. ஆனால் அதன் சிறுவயதில் ஏற்பட்ட மனப்பதிவின் காரணத்தால் அது தன்னால் சங்கிலியை அறுக்க முடியாது என்று நம்பி கட்டுப்பட ஆரம்பிக்கின்றது.

அதேபோலத்தான் நாமும் நமக்குள் சில முட்டுக்கட்டைகள் போட்டு நம்மை நாமே குறைவாக மதிப்பிட்டுக்கொண்டு நமது முழு முயற்சியைச் செலுத்தாமல் அந்த யானைகளைப்போல் கட்டுப்பட்டு நிற்கிறோம்!

நான் ஆறாம் வகுப்பில் படித்துக்கொண்டிருந்தபோது நடந்த ஒரு சம்பவம் எனது எண்ணப்போக்கையே மாற்றி அமைத்து என் வாழ்க்கையையே புரட்டிப்போட்டது.

பள்ளியில் ஆங்கில பேச்சுப்போட்டிக்கு அறிவித்திருந்தார்கள். அப்போது போட்டி எப்படிஎன்றால் ஆறு,ஏழு எட்டாம் வகுப்புக்களை ஒரு பிரிவாகவும் (Junior) ஒன்பது, பத்து, பதினொன்றாம் வகுப்புக்களை

ஒரு பிரிவாகவும் (Senior) பிரித்து போட்டிகள் நடத்தும் வழக்கம் இருந்தது.

நான் ஆறாவது தமிழ் மீடியம். போட்டியில் கலந்து கொள்கின்றவர்களோ என்னைவிடப் பெரியவர்கள். அதுமட்டுமல்ல ஆங்கில மீடியத்தில் படிப்பவர்கள். எனவே நான் அதற்கு என் பெயரைக்கொடுக்கவில்லை.

எனது கிளாஸ் டீச்சர், என்னால் அப்போட்டியில் கலந்துகொண்டு வெல்ல முடியும் என்று நம்பிக்கையோடு என்னை வற்புறுத்தியும் நான் மறுத்துவிட்டேன். ஆனால், அவர்கள் சும்மா விடவில்லை. தானாகவே என் பெயரை அப்போட்டிக்குக் கொடுத்துவிட்டு அதற்குறிய தலைப்பு மற்றும் பேசவேண்டிய விஷயங்களை என் கையில் திணித்தார்கள்!

வேறுவழியில்லாமல் போட்டியில் கலந்துகொள்ள தயாரிப்பில் முனைந்தேன். என் தந்தையிடம் நான் பேசுவதைப் பார்த்து எனது ஆங்கில உச்சரிப்பை மெருகேற்றச்சொன்னேன்.

பேச்சுப்போட்டி நடக்கும் அறையில் நுழையும்போது என்னைவிட மூத்தவர்கள், ஆங்கில மீடியத்திலேயே படிப்பவர்கள் நிறைந்திருப்பதைக் கண்டு ஆரம்பத்தில் கொஞ்சம் நடுங்கினாலும் என் முறை வந்தபோது பயத்தை எல்லாம் உதறிவிட்டு தடுமாற்றமில்லாமல் பேசினேன்.

விளைவு எனக்கு ஒரு சிறப்புப் பரிசு!

அன்று முதல் எல்லா பேச்சுப் போட்டிகளிலும், எழுத்துப் போட்டிகளிலும் தயக்கமின்றிப் போட்டியிட்டேன், பரிசுகளையும் குவித்தேன்.

என்னை என் கிளாஸ் டீச்சர் நாமகிரி மிஸ் அன்று போட்டி அரங்கத்தில் என்னைப் பிடித்துத் தள்ளி இருக்காவிட்டால் நான் அந்தப் பக்கம் நிச்சயம் கால் வைத்திருக்கவும் மாட்டேன், பேச்சுக் கலையையே தொழிலாகப்பெற்று விற்பனைத் துறையில் தடம் பதித்திருக்கவும் மாட்டேன்!

ஆகவே உங்களுக்குள்ளேயே நீங்கள் போட்டுக்கொண்டிருக்கும் முட்டுக் கட்டைகளை உடைத்து எறியுங்கள்! உங்களுக்குள் பொறியாக இருக்கும் படைப்பாற்றலை வெளிக்கொணருங்கள். அதன் மூலம் நெருக்கடி நிலைமைகள் வராமல் பார்த்துக் கொள்ளுங்கள். அப்படி வந்தாலும் உங்களது கிரியேடிவ் மனம் அதனைச் சமாளிப்பதற்கு வழி காட்டும்.

எனதருமை விற்பனைத்துறை நண்பர்களே! நாம் தொடங்கிய பயணம் இப்போது தற்காலிகமாக ஒரு முடிவுக்கு வருகின்றது.

இதுவரை விற்பனைத்துறையின் அடிப்படைத் தத்துவங்களாக நான் கூறியிருந்த கருத்துக்கள் மற்றும் நான் உங்களிடம் பகிர்ந்துகொண்ட என் அனுபவங்கள் எல்லாம் உங்களுக்கு உபயோகமாக இருந்திருக்கும் என்று நம்புகிறேன்.

நீங்கள் விற்பனைத்துறையில் மட்டுமல்லாமல் உங்கள் அழகான வாழ்க்கையிலும் மகத்தான வெற்றிபெற என் மனமார்ந்த வாழ்த்துக்கள்!

www.ingramcontent.com/pod-product-compliance
Lightning Source LLC
LaVergne TN
LVHW060627051026
849519LV00002B/796
* 9 7 8 9 3 8 6 7 3 7 4 3 4 *